# ஹிஸ்புல்லா

ஓர் அறிமுகம்

# ஹிஸ்புல்லா

## ஓர் அறிமுகம்

பா. ராகவன்

Hezbollah: Orr Arimugam
Author's Name: Pa Raghavan

Published by Ezutthu Prachuram

Ezutthu Prachuram
(An imprint of Zero Degree Publishing)
No. 55(7), R Block, 6th Avenue,
Anna Nagar,
Chennai - 600 040

Website: www.zerodegreepublishing.com
E Mail id: zerodegreepublishing@gmail.com
Phone: 89250 61999

Ezutthu Prachuram First Edition: October 2022
ISBN: 978-93-93882-68-4
TITLE NO EP:

Cover Design & Layout: Vijayan

## ஒரு குறிப்பு

சர்வதேச தீவிரவாத இயக்கங்களின் நெட் ஒர்க் குறித்த விரிவான ஆய்வு நூலான 'மாயவலை'யில் ஹிஸ்புல்லா ஒரு பகுதியாக இடம் பெற்றது. வாசக வேண்டுகோளுக்கிணங்க அது மட்டும் தனி நூலாக இப்போது வருகிறது.

## பொருளடக்கம்

# திருவாய்மொழி

- "அவர்கள் (யூதர்கள்) அத்தனை பேரும் இஸ்ரேலிலேயே இருப்பதைத்தான் நாங்கள் விரும்புகிறோம். ஏனெனில் உலகமெல்லாம் அவர்களைத் தேடிக்கொண்டு போய் அழிக்கும் வேலை மிச்சம் பாருங்கள்!"

- "இஸ்ரேல் என்கிற தேசம் ஒழிக்கப்படும் வரையிலும், உலகின் கடைசி யூதம் அழியும் வரையிலும் தொடரப்போகிற வெளிப்படையான யுத்தம் இது."

- "இஸ்ரேல் என்கிற தேசம் இல்லாதுபோகும்வரை மத்தியக் கிழக்கின் பிரச்னைகளுக்குத் தீர்வு ஏதுமில்லை."

- "இஸ்ரேலுடனான பேச்சுவார்த்தை என்கிற சிந்தனையையே நான் வெறுக்கிறேன். அவர்களின் இருப்பையே நாங்கள் அங்கீகரிக்காதபோது பேச என்ன இருக்கிறது?"

- *“போர் நிறுத்தங்களைக் கண்டு ஏமாறாதீர்கள். புற்றுநோய் என்பது எப்போது வேண்டுமானாலும் மீண்டும் தோன்றும்.”*

- ஹிஸ்புல்லாவின் தலைவர் ஹஸன் நஸ்ருல்லா, *2002-2006* காலகட்டத்தில், பல்வேறு சந்தர்ப்பங்களில் பேசியவற்றிலிருந்து.

# முன் குறிப்பு

மத்தியக் கிழக்கு தேசங்களின் அரசியல் அல்லது பிரச்னை குறித்து நான் எழுத நேரும்போதெல்லாம் இரண்டு கேள்விகள் தவறாமல் வருகின்றன.

- தீவிரவாத இயக்கங்களை ஏன் போராளி இயக்கங்கள் என்று குறிப்பிடுகிறீர்கள்?

- உங்கள் புத்தகங்கள், தொடர்கள் அனைத்தும் அமெரிக்காவையும் இஸ்ரேலையும் ஏன் இத்தனை தீவிரமாக எதிர்க்கின்றன?

இந்தக் கேள்விகளைக் கேட்கிற அத்தனை பேரிடமும் நான் மௌனமாக மன்றாடுவது இப்படித்தான்: தயவுசெய்து கண்ணைத் திறந்து பாருங்கள்!

கடந்த ஜூலை 12, 2006 அன்று தொடங்கிய இஸ்ரேல் - லெபனான் யுத்தத்துக்குச் சரியான காரணம் என்று எதையாவது ஒன்றை யாராலாவது எடுத்துச் சொல்ல முடியுமா? இதற்கு முன் நடைபெற்ற யுத்தங்களுக்கு? இன்றுவரை பாலஸ்தீனில் நடைபெறும்

படுகொலைகளுக்கு? ஈராக் பயங்கரங்களுக்கு? முன்னதாக, தீவிரவாதத்துக்கு எதிரான யுத்தம் என்று சொல்லி ஆப்கனிஸ்தான் என்கிற தேசத்தையே ரணகளப்படுத்தியதற்கு? சிரியாவின் தெற்கு எல்லைகளில் குறைந்தது வாரம் ஒருமுறையாவது நடக்கும் துப்பாக்கிச் சூடுகளுக்கு?

மத்தியக்கிழக்கு அரபு தேசங்கள் அத்தனைக்கும் ஏதோ ஒருவகையில் இஸ்ரேல் மற்றும் அமெரிக்காவால் பிரச்னை இருந்துகொண்டேதான் இருக்கிறது. இது 1948ம் ஆண்டு இஸ்ரேல் உருவான தினத்திலிருந்து நிகழ்ந்துவருவது. தன்னுடைய இருப்பை உறுதிப்படுத்திக்கொள்வதற்காக இஸ்ரேல் ஆரம்பித்த (அல்லது இஸ்ரேலை ஊக்குவித்து அமெரிக்கா ஆரம்பித்துவைத்த) இந்த அடிதடி நடவடிக்கைகள் காலப்போக்கில் அத்தேசத்தின் ஒரு தீர்க்கமுடியாத வியாதியாக உருமாறிவிட்டது.

தன் எண்ணெய்க் கனவுகளை மத்தியக் கிழக்கிலிருந்து அகழ்ந்து எடுத்துக்கொண்டுசெல்ல ஒரு பைப்லைனாக உபயோகப்படுவதால்தான் அமெரிக்கா தொடர்ந்து இஸ்ரேலை ஆதரித்துவருகிறது.

இந்த அடிப்படை உண்மையின் மீதுதான் அத்தனை மத்தியக் கிழக்கு தேசங்களின் பிரச்னைகளுமே கட்டப்பட்டிருக்கிறன. இதுவேதான் அங்கே ஏராளமான போராளி இயக்கங்கள் உருவாகவும் காரணமாக இருக்கிறது.

ஆயுதமேந்தி, அநியாயமாக அப்பாவி மக்களைப் படுகொலை செய்வது தீவிரவாதமென்றால் அந்தப் பட்டியலில் முதலில் வரவேண்டிய பெயர் இஸ்ரேல் அரசு. இதற்கு 1948ம் ஆண்டு தொடங்கி இன்றுவரை நாளுக்கொரு உதாரணம் தரலாம்.

வன்முறையை நிறுத்துவது என்று பேசத் தொடங்கும்போது, ஓர் அரசு அதைச் செய்வதை நிறுத்திவிட்டல்லவா போராளி இயக்கங்களைப் பார்த்துப் பேசவேண்டும்?

○

லெபனானின் தெற்குப் பகுதி முழுவதையும் ஒரு காலத்தில் இஸ்ரேல் அத்துமீறி ஆக்கிரமித்திருந்தது. கடந்த 2000ம் ஆண்டில்தான் இஸ்ரேலியப் படைகள் அங்கிருந்து விலகின. இஸ்ரேலியப் படைகளைத் துரத்துவது ஒன்றே குறியாகத் தோன்றிய இயக்கம்தான் ஹிஸ்புல்லா.

வெறும் போராளி இயக்கமல்ல அது. லெபனானில் ஹிஸ்புல்லா ஓர் அரசியல் சக்தியும் கூட. 2005ம் ஆண்டு அங்கே நடைபெற்ற பொதுத்தேர்தலில் பதினான்கு ஹிஸ்புல்லாக்காரர்கள் வெற்றி பெற்றுப் பாராளுமன்றத்துக்குப் போயிருக்கிறார்கள். இரண்டு கேபினட் அமைச்சர்கள் அங்கே ஹிஸ்புல்லா கட்சியினராக இருக்கிறார்கள். கல்வி மற்றும் விவசாயத் துறைகளில், லெபனானின் எந்த ஒரு அரசும் சாதிக்காத சாதனைகளை அங்கே ஹிஸ்புல்லாவின் மக்கள் இயக்கம் நிகழ்த்திக்காட்டியிருக்கிறது.

இதெல்லாம் வியப்புக்குரிய விஷயங்கள் அல்லவா! எந்தத் தீவிரவாத இயக்கம் தம் தேசத்துக் குழந்தைகளுக்காக இலவசப் பள்ளிக்கூடங்கள் நடத்துகின்றன? விவசாயம் பெருகுவதற்காகத் தனிப்பட்ட விவசாய இயக்கங்கள் நடத்துகின்றன? பெண்களுக்கான சுயதொழில் வேலைவாய்ப்புகளை உருவாக்கித் தருகின்றன? இலவச மருத்துவமனைகள் நடத்துகின்றன?

இப்படிப்பட்ட காரியங்கள் செய்யும் ஓர் இயக்கம் எப்படி ஆள் கடத்தும், விமானம் கடத்தும், படுகொலைகளை நிகழ்த்தும் என்று சந்தேகம் வரலாம். ஹிஸ்புல்லா இவற்றைச் செய்வதும் உண்மைதான். ஆயிரம் நியாயங்கள் சொல்லியும் நியாயப்படுத்த முடியாத விஷயம் ஒன்று உண்டென்றால் அது தீவிரவாதச் செயல்கள்தான். இதில் எனக்குச் சந்தேகமில்லை.

அதே சமயம் இஸ்ரேலிய இடையூறுகள் இல்லாதிருந்தால் இவை எதற்குமே அவசியம் ஏற்பட்டிருக்காது என்பதிலும் சந்தேகமில்லை.

○

ஜூலை 2006 தொடங்கிய இஸ்ரேல் - லெபனான் யுத்தத்தை அடுத்து ஹிஸ்புல்லாவின் பெயர் மீடியாவில் மிக அதிகமாக அடிபடத் தொடங்கியது. கிட்டத்தட்ட அசுரர் குலத் தோன்றல்களாகவே அவர்களைவருணித்து மேற்கத்திய மீடியா முழுவதும் எழுதி மாய்ந்தது.

இந்நிலையில் ஹிஸ்புல்லாவின் அத்தனை முகங்களையும் சுருக்கமாக அறிமுகப்படுத்தும்படி யான ஒன்றை எழுதலாம் என்று நினைத்தேன். அதன் விளைவுதான் இது.

அச்சுக்குமுன் இதனைப் படித்துப் பார்த்து, அரபு மொழி உச்சரிப்பு சார்ந்து பல முக்கியத் திருத்தங்களைச் செய்து கொடுத்து, மிக முக்கியமான பின்னிணைப்பு ஒன்றையும் (ஹெஸ்பொல்லாவின் கொள்கைப் பிரகடனம்) மொழிபெயர்த்து உதவியவர் என் நண்பர் நாகூர் ரூமி. அவருக்கு என் நன்றி.

# 1

# 12 ஜூலை 2006

பொதுவாக யுத்தங்கள் காலை ஒன்பது மணிக்கு ஆபீஸ் புறப்படுகிற நேரத்தில் ஆரம்பிக்கப்படுவதில்லை. நள்ளிரவில் தொடங்குவார்கள். அல்லது அதிகாலை. கவனித்துப் பார்த்தீர்களானால் ஒரு விஷயம் புரியும். உலகின் எந்த மூலையில் ஆரம்பிக்கப்பட்ட யுத்தம் குறித்த செய்தியும் மறுநாள் காலை பேப்பரில் வராது. ஒரு நாள் கழித்துத்தான் வரும். செய்தித்தாள்கள் அச்சுக்குப் போய்விட்டனவா என்று போன் பண்ணி விசாரித்துக் கொண்டு யாரும் போர்களைத் தொடங்குவதில்லை என்றாலும் நள்ளிரவு கடந்து ஒரு மணி, அல்லது இரண்டு மணி வாக்கில் போரைத் தொடங்குவதுதான் வழக்கமாக இருந்துவருகிறது.

ஒரு மாறுதலை உத்தேசித்தோ என்னவோ, 12 ஜூலை 2006 அன்று ஆரம்பித்த இஸ்ரேல் - ஹிஸ்புல்லா போர், லெபனான் நேரப்படி காலை சரியாக 9.05க்கு முதல் குண்டுவெடிப்புடன் தொடங்கியது.

நல்ல சூரிய வெளிச்சமும் முந்தைய தினத்து இரவின் பதினான்கு டிகிரி சென்டிகிரேடு குளிரின் மிச்சமும் பிராந்தியத்தில் படர்ந்திருந்தன. லெபனான் - இஸ்ரேல் எல்லைப் பகுதி என்பது கரடுமுரடான மலைகள் நிறைந்த இடம். கூர்மையான, ஆகிருதியான பாறைகளும் மேலே படர்ந்து உருகிக்கொண்டிருக்கும் பனியும் சடாரென்று திருப்பங்களில் விரியும் பசுங்காடுகளும் எந்த ஒரு தமிழ் சினிமா கனவுக் காட்சிகளுக்கும் பொருத்தமானவை. ஆனால் டூயட் பாடிக்கொண்டிருக்கும் நேரத்தில் ராக்கெட்டுகள் வந்து மோதினால் யாரும் பொறுப்பல்ல.

அந்தப் பிராந்தியத்தின் இரவு நேரக் குளிருக்கும் பகல் நேரச் சுட்டெரிக்கும் வெயிலுக்கும் எப்படிப் பொருத்தமில்லையோ, அப்படித்தான் அந்த இடத்தின் அழகுக்கும், நிகழும் சம்பவங்களுக்கும் கூட.

இஸ்ரேலின் வடக்கு எல்லையோர கிராமங்கள் எல்லாம் கொள்ளையழகு கொட்டிக்கிடக்கிற சுற்றுலாத் தலங்கள். அடிக்கடி டூரிஸ்டுகள் வருவார்கள். பளபளப்பான பஸ்களும் வேன்களும் கார்களும் அந்த மலைக் கிராமங்களின் சூழலோடு பொருந்தாவிட்டாலும் அந்தக் கிராமங்களின் முதன்மையான வருவாய் வழிகளுள் அது ஒன்று. (இன்னொன்று விவசாயம்.) ஏகப்பட்ட சிறு ரெஸ்டாரண்டுகளும் காட்டேஜ்களும் அங்கே உண்டு. உண்மையில் அன்றைக்கு ஒரு யுத்தம் தொடங்குவதற்கான மிகச்சிறு அறிகுறி கூட இல்லை. மலைப்பகுதி வழக்கம்போல் அமைதியாக இருந்தது. இஸ்ரேலிய எல்லைக்காவல் படையினர், வாக்கிங் போவதுபோலத்தான் மெல்லக் குறுக்கும் நெடுக்கும் நடந்து போய்க்கொண்டிருந்தார்கள்.

குறிப்பாக ஜரித் *(Zarit)* கிராமத்தில். வடக்கு கலிலீ என்று சொல்லப்படுகிற இஸ்ரேலின் கொண்டைப் பகுதியின் எல்லைக் கிராமங்களுள் ஒன்று அது. ஒரு லாங்ஜம்ப் முயற்சிசெய்தால்லெபனான்எல்லையைத் தொட்டுவிடமுடியும். அதிகபட்சம் அந்த கிராமத்தில் முன்னூறு பேருக்கு மேல் கிடையாது. அமைதியான, சாதுவான இடம். அங்கேதான் முதல் ராக்கெட் வந்து விழுந்தது. பீரங்கிகளை அழிக்கும் ராக்கெட்.

என்னவென்று இஸ்ரேலிய ராணுவத்தினர் திரும்பிப் பார்ப்பதற்குள் பத்து ராக்கெட்டுகள் எட்டுத் திசையிலும் வந்து மோதி வெடித்தன. உடனடியாக அவர்கள் தங்கள் ஆயுதங்களை எடுத்துக்கொண்டு எதிர்த்தாக்குதலுக்காகச் சடாரென்று மலைச்சரிவுகளில் படுத்து, குறிபார்க்கத் தொடங்கியபோதே அடுத்த பத்து ராக்கெட்டுகள்.

இஸ்ரேல் ராணுவ முகாம்களில் அபாய மணிகள் அலற ஆரம்பித்தன. ஆயுதக் கிடங்குகள் உடனடியாகத் திறக்கப்பட்டு ஆளுக்கொரு துப்பாக்கியை எடுத்துக்கொண்டு அணிவகுத்து நின்றார்கள். பீரங்கிகள் ஆயத்தம் செய்யப்பட்டன. அத்தனை எல்லையோர செக் போஸ்ட்களுக்கும் உடனடியாக அலர்ட் ஆகும்படி அறிவிப்பு பறந்தது. குளித்துக்கொண்டோ, சாப்பிட்டுக் கொண்டோ இருந்த மேஜர்களையும் லெஃப்டினெண்டுகளையும் அப்படியே அள்ளியெடுத்து ஜீப்புகளில் போட்டுக் கொண்டு விரைந்தார்கள்.

இதெல்லாம் நடந்துகொண்டிருந்த சில நிமிட இடைவெளிகளுக்குள்ளாகவே அடுத்தடுத்து பத்து பத்தாக ராக்கெட்டுகள் சீறி வந்து இஸ்ரேலிய ராணுவ முகாம்களைக் குறிவைத்துத் தாக்கின.

கத்யூஷா (*Katyusha*). அதுதான் ஹிஸ்புல்லாவிடம் இருக்கும் ராக்கெட் லாஞ்சரின் பெயர். இரண்டாம் உலகப்போர் சமயத்தில் சோவியத் யூனியன் உற்பத்தி செய்த ராணுவத் தளவாடங்களுள் ஒன்று. தயாரிப்பில் பிரமாதமான ப்ரொஃபஷனல் டச்செல்லாம் தெரியாது. சிறுதொழில் வாரியத் தயாரிப்பு மாதிரிதான் இருக்கும். உற்பத்திச் செலவு வெகு சொற்பம். நவீன யுகத்தில் ஏகப்பட்ட அதிபயங்கர ஆயுதங்களெல்லாம் வந்துவிட்ட சூழ்நிலையில் கத்யூஷாக்களுக்கு ஹிஸ்புல்லாக்கள்தான் இன்னும் ஆதரவளித்துக் கொண்டிருக்கின்றன. நிற்கவைத்து ஒரே சமயத்தில் பத்து ராக்கெட்டுகளைக் கண்ணியில் பொருத்தி அடித்தால் சர், சர் என்று திகிலூட்டும் சத்தமுடன் சீறிப்பாய்ந்து தாக்கும். ஒரு குறிப்பிட்ட இடத்தை இலக்காக நிர்ணயித்துவிட்டால் போதும். பாயும் பத்து ராக்கெட்டுகளும் ஏரியாவைத் தமக்குள் பிரித்துக்கொண்டு போய் வஞ்சனையில்லாமல் நாசம் செய்யும்.

ஜூலை பன்னிரண்டாம் தேதி காலை ஆரம்பித்த ஹிஸ்புல்லாவின் அந்த திடீர் தாக்குதல் முதலில் முக்கால் மணி நேரம் மட்டுமே நீடித்தது. இஸ்ரேல் துருப்புகளும் பதிலுக்குத் தற்காப்புத் தாக்குதல் நடத்திக்கொண்டிருக்க, அங்கொன்றும் இங்கொன்றுமாக இஸ்ரேலியர்கள் மொத்தம் எட்டுப்பேர் கொல்லப்பட்டுவிட்ட செய்தி காலை பத்தேகாலுக்குத் தெரியவந்தது.

அதிர்ந்துவிட்டது இஸ்ரேல் அரசு. முழு வேகத்தில் பதில் தாக்குதலைத் தொடங்குவதற்காக அவசர அவசரமாக ராணுவ உயரதிகாரிகள் மட்டத்திலும் அமைச்சரவை மட்டத்திலும் கூட்டங்கள் நடத்தப்பட்டன.

இந்தக்கூட்டங்கள் நடந்து முடிந்து ஒரு தீர்மானத்துக்கு வருவதற்குள், ஹிஸ்புல்லாவின் இரண்டாம் கட்ட நடவடிக்கை தொடங்கிவிட்டது. இலக்கு, ராணுவ முகாம்தான். எதிரியைச் சிந்திக்கவிடாமல் தொடர்ந்து நாலாபுறங்களிலிருந்தும் துப்பாக்கிகளால் சுட்டபடியே உருண்டு உருண்டு முன்னேறி, ஜரித் அவுட் போஸ்ட் அருகே இருக்கும் ராணுவ முகாமை நெருங்கினார்கள். கண்ணிமைக்கும் நேரத்தில் அங்கே காவலுக்கு இருந்த இஹூத் கோல்ட்வாஸர் *(Ehud Goldwasser)*, எல்தாத் ரெகெவ் *(Eldad Regev)* என்கிற ராணுவச் சிப்பாய்கள் இரண்டு பேரைக் கோழி அமுக்குவதுபோல அமுக்கிப் பிடித்தார்கள். எங்கிருந்தோ பறந்துவந்த ஒரு வேனில் தூக்கிப் போட்டுக்கொண்டு கண்மண் தெரியாமல் வண்டியைச் செலுத்திக்கொண்டு காணாமல் போனார்கள்.

அதுவரை அத்துமீறல், ஊடுருவல், தாக்குதல் முயற்சி - பதில் தாக்குதல் நடவடிக்கை என்று எளிய சொற்களால் வருணிக்கப்பட்டுக் கொண்டிருந்தது, அந்தக் கணத்திலிருந்து ஒரு முழுநீள யுத்தமாகப் பரிணாம வளர்ச்சி கண்டது.

அடுத்த ஒரு மணி நேரத்தில் இஸ்ரேலிய ராணுவ டாங்குகள், லெபனானின் தெற்கு எல்லை முழுவதும் அணிவகுத்து நின்றன. டெல் அவிவ் ராணுவ விமானத் தளத்திலிருந்து புறப்படுவதற்குத் தயாராக இருபது போர் விமானங்கள் பெட்ரோல் நிரப்பிக்கொண்டன. மத்தியத் தரைக் கடல் பகுதியில் ரோந்து போய்க்கொண்டிருந்த இஸ்ரேலிய கடற்படைக் கப்பல்கள் அனைத்திலும் ஆயுதங்கள் ஏற்றப்பட்டு லெபனானை நோக்கி அனுப்பப்பட்டன. நிமிஷ நேரமும் தாமதிக்காமல்

இஸ்ரேலிய ராணுவத் தளபதியின் அலுவலகமும், பிரதமர் அலுவலகமும் உளவுத்துறையை (மொஸாட்) உசுப்பிவிட்டு லெபனானை கவனிக்கச் சொன்னது. சி.ஐ.ஏவுக்கு முறைப்படி தகவல் அளித்தார்கள். அமெரிக்க அரசுடன் டெலிபோன் கேபிள் சூடாகிப் பொசுங்குமளவுக்கு விவாதித்துத் தீர்த்தார்கள்.

2006 ஏப்ரல் 14 அன்றுதான் இஹூத் ஓல்மர்ட் (Ehud Olmert) இஸ்ரேலியப் பிரதமராகப் பொறுப்பேற்றிருந்தார். முன்னதாக, ஏரியல் ஷரோனுக்கு உடம்பு சரியில்லாமல் போய் பதவி விலகியதுமே (ஜனவரி 4ம் தேதி முதல்) இடைக்காலப் பிரதமராக நியமிக்கப்பட்டவர்தான் என்றாலும் மூச்சுவிடக் கூட அவகாசமில்லாமல் ஒரு முழு நீள யுத்தத்துக்கு அவர் தயாராக வேண்டியிருந்தது. பிரச்னையில்லை. அவர் பார்க்காத யுத்தங்களா? பிரதமர் பதவிதான் புதுசு. போர்க்களங்கள் அல்ல. சினாய் தொடர்பாக எகிப்துடன் நிகழ்த்திய அத்தனை யுத்தங்களிலும் ரகளை செய்தவர். யுத்த காயங்களாலேயே தொடர்ந்து போர்க்களத்துக்குப் போகமுடியாமல் அரசியலுக்குள் நுழைந்தவர். ஏகப்பட்ட உடல்நலப் பிரச்னைகள் உண்டு. அதனால் என்ன? மனத்தளவில் இந்த காதிமா (Kadima Party) கட்சிக்காரரும் ஏரியல் ஷரோன் மாதிரிதான். தீவிர யூதர். அதிதீவிர அரேபிய எதிர்ப்பாளர்.

ஆகவே ஒரு முழு யுத்தத்துக்கான அத்தனை உத்தரவுகளையும் அடுத்த ஒரு மணி நேரத்துக்குள்ளாகவே அளித்துவிட்டார். ஹிஸ்புல்லாவுடன் யுத்தம் என்று பெயர். இலக்கு லெபனான் தான். தமிழ்நாட்டின் பரப்பளவில் பத்தில் ஒரு பங்கு அளவே இருக்கும் (சுமார் 10,450 சதுர கிலோமீட்டர்) லெபனான் முழுவதையும் துவம்சம் பண்ணிவிடுவதுதான் இலக்கு.

இஹுத் ஓல்மர்ட்டுக்கும் இஸ்ரேலிய அதிகாரிகள் அத்தனை பேருக்கும் மிக நன்றாகத் தெரிந்த விஷயம் அது. லெபனானை வீழ்த்துவது பெரிய விஷயமே அல்ல. அது ஒரு கொசு. ஒரு ராத்திரியில் யுத்தம் முடிந்துவிடும். ஆனால் எல்லை காக்கும் ஐயனார் மாதிரி தேசத்தின் தெற்கு வாசல் முழுவதையும் காவல் காக்கும் ஹிஸ்புல்லா போராளிகள் குறுக்கே இருக்கிறார்கள். லெபனான் ராணுவத்தினரைவிட பலம் பொருந்தியவர்கள். அத்தனை பேரும் கெரில்லா போராளிகள். யுத்த தந்திரங்களில் மிகுந்த தேர்ச்சி பெற்றவர்கள். இஸ்ரேலை மட்டுமல்ல; அமெரிக்காவையே பல சமயங்களில் கண்ணில் விரல் விட்டு ஆட்டியவர்கள். வெட்ட வெட்ட முளைக்கும் கார்த்தவீர்யார்ச்சுனர்கள். எங்கே பதுங்கியிருக்கிறார்கள், எப்படி வெளியே வருகிறார்கள், எப்படித் தாக்குகிறார்கள் என்பதே புரியாமல் அடித்து நொறுக்கிவிட்டுப் போய்விடும் போர்க்களப் பேய்கள்.

ஹிஸ்புல்லாவின் ஆள் கடத்தலைச் சாக்காக வைத்து லெபனான் மீது தொடுக்கவிருக்கும் யுத்தம் தான் என்றாலும் சமாளிக்க வேண்டியது ஹிஸ்புல்லாவைத்தான். அவர்களுக்குப் பின்னணியில் நின்றுகொண்டு லெபனான் அரசு உதவி செய்யும். முன்னணிக்கு வந்தே ஈரான் உதவி செய்யும். சிரியா உதவும். சொல்வதற்கில்லை. இன்னும் பல அரேபிய தேசங்களும் தங்கள் ஆதரவைத் தெரிவிக்கலாம். போர் நிறுத்தம், அமைதி உடன்படிக்கை என்று பத்திருபது நாள்கள் கழித்துப் பேச ஆரம்பிப்பதற்குள்ளாகக் கணிசமான சேதத்தை அத்தேசத்தில் ஏற்படுத்திவிட முடிந்தால் தேவலை. கொஞ்சம் நிலப்பரப்பையும் அபகரிக்க முடிந்தால் உத்தமம். தாமதிக்க

ஒன்றுமில்லை. அடிக்க ஆரம்பிக்கலாம் என்று முடிவு செய்து உத்தரவிட்டார் இஸ்ரேல் பிரதமர்.

அதே சமயம் இஸ்ரேலிய ராணுவத் தளபதி லெஃப்டினண்ட் ஜென்ரல் டான் ஹலூட்ஸ் *(Dan Halutz)* சேனல் *10* என்கிற தொலைக்காட்சிக்கு ஒரு பேட்டியளித்துக்கொண்டிருந்தார். "அவர்கள்கடத்திப் போன இரண்டு ராணுவ வீரர்களும் பத்திரமாகத் திரும்பி வராவிட்டால் லெபனான் இருபது வருடங் களுக்கு முன்பிருந்த நிலைமைக்கு மீண்டும் போய்விட நேரும், ஜாக்கிரதை!" என்கிற அவரது மிரட்டல் எச்சரிக்கை, வெளிப்பார்வைக்கு ஒரு ராணுவ அதிகாரியின் பேச்சுபோல இல்லாதுபோனாலும் ஹிஸ்புல்லா போராளிகளுக்கும் தலைமைக்கும் அப்படிப்பட்ட மொழிதான் புரியும் என்பது அவரது திடமான முடிவு.

இருபது வருடங்களுக்கு முன்பு லெபனான் எப்படி இருந்தது என்பதையெல்லாம் நிதானமாகப் பார்த்துக்கொள்ளலாம். இந்த மிரட்டலுக்கும் யுத்த ஆயத்தங்களுக்கும் ஹிஸ்புல்லா சற்றும் அசரவில்லை என்பதுடன், உடனடியாகத் தானும் ஒரு முழு யுத்தத்துக்குத் தயாராகிவிட்டது என்பதுதான் இங்கே முக்கியம்.

லெபனானின் தெற்கு எல்லையும் இஸ்ரேலின் வடக்கு எல்லையுமான மலைப்பாங்கான பிராந்தியம் சுமார் *36* கிலோமீட்டர் அளவே நீளம் கொண்டது. அந்தப் பரப்பு முழுவதிலும் தனது வீரர்களைக் கொண்டுவந்து குவித்துவிட்டது ஹிஸ்புல்லா. கண்ணி வெடிகள், கையெறி குண்டுகள், மிகுதியாக நாட்டுத் துப்பாக்கிகள், கொஞ்சம் இயந்திரத் துப்பாக்கிகள். ராக்கெட்டுகளும், ராக்கெட் லாஞ்சர்களும், அவற்றைச் சுமந்து செல்லும் கனரக வாகனங்களும்.

மறைவிடங்களில் வீரர்களும் முதலுதவி வண்டிகளும் நிறுத்தப்பட்டனர். முன்னதாக ஆடு மேய்க்கும் சிறுவர்கள் மூலம் வழியெங்கும் அடிக்கொரு கண்ணிவெடி புதைக்க ஏற்பாடு செய்திருந்தார்கள். (லெபனான், பாலஸ்தீன், சிரியா பிராந்தியங்களில் ஆடு மேய்க்கும் சிறுவர்கள் என்ன, ஆடுகளே கூடக் கண்ணிவெடி வைக்கும்!)

இந்த ஏற்பாடுகள் அனைத்தும் தயார் என்றதும் ஆரம்பித்துவிட்டார்கள். பன்னிரண்டாம் தேதி இரவு வரை ஓயாமல் பிராந்தியத்தில் குண்டுச் சத்தம் கேட்டுக்கொண்டே இருந்தது. இஸ்ரேலியத் தரைப்படை வீரர்கள் ஓரடி கூட முன்னேற முடியாமல் அரண் மாதிரி ஹிஸ்புல்லா போராளிகள் எல்லையைக் காத்துக் கொண்டிருந்தார்கள். நீ ஓரடி முன்னால் எடுத்துவைத்தால் நான் பத்து ராக்கெட்டுகளை உன்னை நோக்கி அனுப்புவேன் என்பதுதான் ஹிஸ்புல்லாவின் யுத்த சித்தாந்தம். பெரும்பாலும் ஆயுதங்களை வீணாக்காமல் பயன்படுத்தத் தெரிந்த வீரர்கள் என்பதால் குறி தவறாது அவர்களுக்கு. இதில் விசேஷம், இருட்டிலும் அதே நேர்த்தியைக் காட்டவல்ல தனிப்பிரிவு ஹிஸ்புல்லாவில் உண்டு என்பது. சத்தத்தை வைத்து தூரத்தைக் கணக்கிட்டு குறுகிய தூரம் பறந்து சென்று தாக்கும் ராக்கெட்டுகளைத் துல்லியமாகச் செலுத்தும் ஹிஸ்புல்லா வீரர்களுக்கு, உலகில் உள்ள அத்தனை தீவிரவாத இயக்கங்களிலுமே கணிசமான ரசிகர்கள் உண்டு. அல் காயிதா உள்பட பெரும்பாலான இயக்கங்கள் ஏதோ ஒரு கட்டத்தில் ஹிஸ்புல்லாவில் பயிற்சி பெறத் தம் வீரர்களை அனுப்பியிருக்கின்றன.

அன்று முழுவதும் தரைப்படைகள்தாம் மோதிக் கொண்டன. மறுநாள் பொழுதுவிடிந்ததும்தான்

இஸ்ரேல் தன் முழு யுத்தத்தை முறைப்படி ஆரம்பித்தது. இஸ்ரேலியப் பிரதமர் சம்பிரதாயமாக லெபனான் அரசுக்கு ஓர் எச்சரிக்கை வெளியிட்டார். "ஹிஸ்புல்லா தாக்குகிறது, லெபனான் ராணுவம் அல்ல என்று சொல்லி நீங்கள் தப்பிக்க நினைக்காதீர்கள். இதன் விளைவு என்னவாக இருந்தாலும் அதற்கு லெபனானே பொறுப்பு. ஆனால் மிகுந்த வலியும் வேதனையும் தரக்கூடிய விளைவாகவே இருக்கும்."

அடுத்தக் கணம் இஸ்ரேலிய ராணுவத்துக்குச் சொந்தமான போர் விமானங்கள் பெய்ரூத்தை நோக்கிச் சீறத் தொடங்கின. அவர்களது முதல் இலக்கு, லெபனான் சர்வதேச விமான நிலையம். பெய்ரூத்திலிருந்து சற்றுத்தொலைவில் இருந்த விமான நிலையத்தைக் குறிவைத்து இஸ்ரேலிய குண்டுகள் பறந்துவந்து விழுந்து வெடித்தன. விமானங்களிலிருந்து கண்ட்ரோல் ரூமுக்கு எச்சரிக்கை வந்தது. விமான நிலையத்தை உடனடியாக மூடவும். எந்த வெளி தேசத்து விமானமும் இந்தக் கணம் முதல் இங்கே வந்து இறங்கக்கூடாது. மீறினால் விளைவுகளுக்கு இஸ்ரேல் பொறுப்பல்ல.

இதே தகவல், பெய்ரூத்தை நோக்கி வந்து கொண்டிருந்த பயணிகள் விமானங்களுக்கும் உடனடி யாக அனுப்பப்பட்டது. அத்தனை விமானங்களும் அப்படி அப்படியே சைப்ரஸ் தீவுகளுக்கும் டெல் அவிவுக்கும் திருப்பி அனுப்பப்பட்டன.

மறுபுறம் லெபனானின் கிழக்குக் கடல் எல்லையைச் சுற்றி வளைத்து நின்ற இஸ்ரேலின் போர்க் கப்பல்களிலிருந்து செலுத்தப்பட்ட ஏவுகணைகள், பெய்ரூத் - டெமஸ்கஸ் (சிரியாவின் தலைநகரம்)

நெடுஞ்சாலையை நாசப்படுத்தும் காரியத்தில் மும்முரமாக இறங்கின. நெடுஞ்சாலைப் போக்கு வரத்து உடனே நிறுத்தப்பட்டது. லெபனானின் தெற்குப் பகுதி நகரங்கள், கிராமங்கள் அனைத்திலும் உடனடியாக மின்சாரம் துண்டிக்கப்பட்டது.

முதல் வாரம் முழுவதும் நிகழ்த்தப்பட்ட தாக்குதல்கள் முழுவதுமே லெபனானின் போக்குவரத்தை முற்றிலும் நிறுத்துவது ஒன்றையே குறியாகக் கொண்டு செய்யப்பட்டன. 'வேறு வழியில்லை. ஹிஸ்புல்லாக்களின் ராக்கெட் தாக்குதல்களைச் சமாளிக்க வேண்டுமானால், போர்க்களம் முதலில் பொதுமக்கள் நடமாட்டமில்லாமல் இருந்தாக வேண்டும். எங்களைப் பொறுத்தவரை இங்கே போர்க்களம் என்பது முழு லெபனான் தான்' என்றது இஸ்ரேலிய ராணுவம்.

கடைகள், வர்த்தக மையங்கள், கல்வி நிலையங்கள், மருத்துவமனைகள், அரசு அலுவலகங்கள் அனைத்தும் இழுத்து மூடப்பட்டன. ஒரு வினாடி கூட இடைவெளியில்லாமல் ராக்கெட்டுகள் இருபுறமும் சீறிப் பறந்து வெடித்தன. இஸ்ரேலியப் போர் விமானங்கள் இலக்கில்லாமல் தெற்கு லெபனானில் பல்வேறு கட்டடட்டங்கள் மீது குண்டு மழை பொழிந்தன. உதிரும் சீட்டுக்கட்டுகள் போல வானளாவிய கட்டடங்கள் நொறுங்கிச் சரிந்தன. சாலைகள் அனைத்தும் பதுங்கு குழிகள் போல் ஆயின. நெருப்பும் புகையும் விண்ணைத் தொட்டன. எங்கும் அவலச் சத்தம். உயிரை எடுத்து இடுப்பில் முடிந்துகொண்ட லெபனான் மக்கள் போக்கிடம் இல்லாமல் அங்குமிங்கும் தப்பித்து ஓடினர். ஓடிய பலபேர் க்ராஸ் ஃபயரில் சிக்கி உயிரை இழந்தார்கள்.

எத்தனை குழந்தைகள்! எத்தனை வயதானவர்கள்! மகனை இழந்த பெற்றோர்கள், மனைவியை இழந்த கணவர்கள், உறவினர்கள் கண்ணுக்கு முன்னால் குண்டடி பட்டுத் துடிதுடித்துச் சாவதைப் பார்த்தும் உதவ முடியாமல் தம் உயிரைக் காத்துக்கொள்ள ஓடி ஒளிந்த பொதுமக்கள்! ரத்தமும் கண்ணீரும் பயமும் மிரட்சியுமாகக் கழிந்த தினங்கள்.

இஸ்ரேல் என்கிற தேசத்தின் ஆயுதபலம் எப்படிப்பட்டது என்பதற்கு இந்த யுத்தம் இன்னொரு சிறந்த உதாரணம். ஹிஸ்புல்லாவால் எல்லையைக் காக்கமுடியும். ஆனால் விமானப்படையின் மூலம் தேசத்துக்குள்ளேயே நுழைந்து குண்டு வீசினால் என்ன செய்யமுடியும்? ‘ஹிஸ்புல்லாதான் யுத்தத்தை நடத்துகிறது’ என்று சொல்லிவிட்டபிறகு லெபனான் அரசு தன் ராணுவத்தையும் விமானப்படையையும் இதில் ஈடுபடுத்த முடியாது. ஒருவேளை அப்படிச் செய்யுமானால் அடுத்தக் கணமே யுத்தம் தன் அடுத்த பரிமாணத்தை எட்டிவிடும். பின்னணியில் இருந்துகொண்டு இஸ்ரேலுக்கு உதவி செய்யும் அமெரிக்கா, நேரடியாக பெய்ரூத்தில் வந்து ஷாமியானா போட்டு உட்கார்ந்துவிடும். ஒரு நாள் கூட அதிகம். ஒரு மத்தியான வேளைக்குள் லெபனான் என்கிற தேசத்தையே இஸ்ரேல் என்கிற நாட்டின் இன்னொரு மாகாணமாக்கிக் கொண்டுவிடலாம்.

இதுதான் நடக்கும், இது நடக்காது என்றே தீர்மானிக்கமுடியாத அரசியல் சூழ்நிலை கொண்ட பகுதி அது. தொடங்கியிருப்பது யுத்தம். தொடங்கி வைத்திருப்பது ஹிஸ்புல்லா. அமெரிக்காவும் இஸ்ரேலும் தொடர்ந்து தீவிரவாத இயக்கம் என்று சொல்லிக் கொண்டிருந்தாலும் லெபனானில் ஹிஸ்புல்லா என்பது ஒரு எல்லைக்காவல் படை

மாதிரி. தெற்கு லெபனான் முழுவதற்குமான ராணுவப் பாதுகாப்பு தருவது லெபனான் அரசு அல்ல. ஹிஸ்புல்லாதான்.

தவிரவும் ஹிஸ்புல்லாவை ஒரு போராளி இயக்கமாக மட்டுமே பார்த்துவிடவும் முடியாது. ஹிஸ்புல்லாவுக்கு ஓர் அரசியல் பிரிவு உண்டு. லெபனான் பாராளுமன்றத்தில் இருபத்திநான்கு சீட்டுகள் வைத்திருக்கும் ஒரு வலுவான கட்சியும் கூட. இன்னொரு பக்கம் ஏராளமான கல்வி நிறுவனங்கள், மருத்துவமனைகள், விவசாய இயக்கங்களை நடத்தும் மக்கள் பணியாளன். லெபனான் பிரதமர் ஃபாத் சினியோராவும் *(Faud Siniora)* அவரது அரசும் அதிகாரிகளும் தராத பாதுகாப்பைத் தங்களுக்கு ஹிஸ்புல்லாதான் தருவதாக லெபனான் மக்கள் நம்புகிறார்கள்.

அதனால்தான் யுத்தம் தொடங்கிய ஆறாவது தினம், அழிவுகளைப் பார்த்துக் கதறிக்கொண்டிருந்த மக்களிடம் மீடியாக்காரர்கள் பேசியபோது, "வேதனைதான். ஆனால் நாங்கள் தாங்கிக்கொள்ளத் தயாராகிவிட்டோம்" என்று அழுதபடி பேசினார்கள்.

உன்னால்தானே இத்தனை அழிவு என்று அவர்கள் ஒருபோதும் ஹிஸ்புல்லாவைப் பார்த்துக் கேட்கமாட்டார்கள். அரசுக்கு இல்லாத அக்கறை உனக்கு எதற்கு என்று சட்டையைப் பிடிக்க மாட்டார்கள். இழந்த உயிர்களை எப்படித் திருப்பித் தருவாய் என்று தமிழ் சினிமாக் கதாநாயகியர் போல செண்டிமெண்ட் வசனம் பேசிக்கொண்டிருக்க மாட்டார்கள்.

அவர்களுக்குத் தெரியும். இஸ்ரேல் உடனான ஹிஸ்புல்லாவின் இருபத்திமூன்று வருட யுத்தத்தில்

முதல் களப்பலி ஆனதே ஹிஸ்புல்லாவின் தலைவர் (ஜெனரல் செகரட்டரி என்பார்கள்) ஹாஸன் நஸ்ருல்லாவின் மூத்த மகன் ஹாதிதான் என்பது.

நேற்றுத் தொடங்கிய யுத்தம் இல்லை இது. 1982லிருந்து ஆரம்பித்து, இடைவிடாது நடந்து கொண்டிருக்கும் யுத்தம். ஹமாஸ், பி.எல்.ஓ உள்பட எத்தனையோ போராளி இயக்கங்களுடன் போரிட்டு, சமாதானம் பேசி, பேச்சுவார்த்தைகள் நிகழ்த்தி, சில சமயம் வெற்றி, சில சமயம் தோல்வி என்று கண்டுவந்திருக்கிறது இஸ்ரேல் அரசு. ஆனால் இன்றுவரை ஹிஸ்புல்லாவின் ஒரு சிப்பாயைக் கூட அவர்களால் கூப்பிட்டு உட்காரவைத்துப் பேசமுடிந்ததில்லை.

ஹஸன் நஸ்ருல்லாநஸ்ருல்லா ஒரு பேட்டியில் சொன்னார்: "எதற்கு நாங்கள் பேசவேண்டும்? இஸ்ரேல் என்கிற தேசம் இங்கே இருக்கக் கூடாது. இதில் எங்களுக்கு மாற்றுக்கருத்தே கிடையாது. ஆகவே இது பேசித்தீராத விஷயம். வேண்டுமானால் அவர்களை இல்லாமல் செய்துவிட்டுப் பேச வருகிறோம்."

ஹிஸ்புல்லாவின் பிறப்புக்கும் இருப்புக்கும் இதுதான் காரணம்.

# 2

# கடவுள் கட்சி

ஷ்லோமோ அர்கோவ் *(shlomo argov)* என்று இஸ்ரேலில் ஒரு முக்கியஸ்தர் இருந்தார். பெரிய படிப்பாளி, பண்டிதர். அரசியல் செல்வாக்கு மிக்கவர். பிரிட்டனுக்கான இஸ்ரேலின் தூதுவராகப் பணியாற்றியவர்.

லண்டனில் அவருக்கு ஆபீஸ். 1982ம் வருடம் ஜூன் மாதம் 3ம் தேதி அவர்தம் வேலைகளை முடித்துவிட்டு, லண்டன் பார்க் லேனில் உள்ள டார்செஸ்டர் என்கிற ஹோட்டலுக்கு ஏதோ ஒரு பார்ட்டிக்குப் போனார். பார்ட்டி முடிந்ததும் வீடு திரும்ப காரில் ஏறியவரை எங்கிருந்தோ வந்து சேர்ந்த மூன்று பேர் வழிமறித்தனர். கத்தியைக் காட்டி மிரட்டி, பர்ஸ் கேட்கிற லோக்கல் திருடர்கள் இல்லை அவர்கள். மாறாக வழிமறித்த கையோடு, ஒரு கைத்துப்பாக்கியை எடுத்து ஒருத்தன் சரியாக அவர் தலையைப் பார்த்துச் சுட்டான்.

ஒரு வினாடிதான். பிராந்தியமே பரபரப்பாகிவிட்டது. இன்னொரு தேசத்துத் தூதரை பிரிட்டன் மண்ணில் யாரோ ஒருத்தன் சுட்டுவிட்டான் என்கிற செய்தி தீயைக் காட்டிலும் வேகமாகப் பரவிட்டது. ஷ்லோமோ அர்கோவுக்கு நல்ல நேரம். தலையில் சுட்டாலும் உயிர்போகவில்லை. உடனடியாக மருத்துவமனைக்கு எடுத்துச் சென்று அவசர சிகிச்சை அளித்துக் காப்பாற்றிவிட்டார்கள். ஆனால் மனிதர் கோமாவில் விழுந்துவிட்டார். மூன்று மாத காலத்துக்கு நினைவு திரும்பவேயில்லை.

பிறகு அவரை ஜெருசலேத்துக்கு எடுத்துப் போய் ஹதாஸா *(Hadassah)* மருத்துவமனையில் சேர்த்து டிரீட்மெண்ட் கொடுக்க ஆரம்பித்தார்கள். பிழைத்துவிட்டார் என்றாலும் வாழ்நாள் முழுவதும் பக்கவாதத்தில் விழும்படி ஆகிப்போனது.

இந்தத் துப்பாக்கிச் சூட்டை நிகழ்த்தியவர்கள் அல் ஃபத்தா என்கிற பாலஸ்தீன விடுதலை இயக்கத்தைச் சேர்ந்தவர்கள். அல் ஃபத்தாவைத் தோற்றுவித்து, உருவாக்கி, வழி நடத்திக்கொண்டிருந்தவர் யாசிர் அரஃபாத். (அல் ஃபத்தா, பாலஸ்தீன விடுதலை இயக்கங்களின் கூட்டமைப்பான பி.எல்.ஓவின் முக்கிய உறுப்பினர்.)

சம்பவம் நடந்த காலகட்டத்தில் அல் ஃபத்தா போராளிகள் உள்பட பல்வேறு பாலஸ்தீன விடுதலை இயக்கங்களைச் சேர்ந்தவர்கள் பெரும்பாலும் லெபனான், சிரியா மற்றும் ஜோர்டனில்தான் இருந்தார்கள். அவர்களுடைய பயிற்சி முகாம்கள் அங்கேதான் இயங்கிக்கொண்டிருந்தன. தவிரவும், பதுங்கியிருந்து எதிர்பாராத நேரத்தில் தாக்குதல் நடத்துவதைத் தங்கள் பாணியாகக் கொண்டிருந்த

இந்த இயக்கங்கள், பாலஸ்தீனுக்குள் இருக்கமுடியாத இருப்பியல் சிக்கல்களும் நிறைய இருந்தன.

மாறாக சகோதர முஸ்லிம் தேசங்களான இந்த லெபனான், சிரியா போன்றவை இந்த இயக்கங்களை அரவணைத்து, வேண்டிய சுகசௌகரியங்கள் செய்துகொடுத்து, முடிந்த அளவுக்கு பணமாகவும் ஆயுதங்களாகவும் உதவிக்கொண்டிருந்தபடியால், இயக்கங்கள் இந்த தேசங்களின் எல்லைப் பகுதிகளைக் குத்தகை எடுத்தமாதிரி செயல்பட்டுக்கொண்டிருந்தன.

குறிப்பிட்ட இஸ்ரேல் தூதுவரைக் கொல்ல முயற்சி செய்த அல் ஃபத்தாவின் பயிற்சி முகாம்கள் அப்போது பெருமளவில் லெபனானின் தெற்குப் பகுதிகளில்தான் இயங்கிவந்தன என்கிறபடியால், இஸ்ரேல் அரசு தன் பழிவாங்கும் நடவடிக்கையை லெபனானில் நிகழ்த்த முடிவு செய்தது.

இதற்கு இன்னொரு காரணமும் உண்டு. இஸ்ரேலின் நோக்கம் என்ன? பாலஸ்தீனியர்களை ஒடுக்குவது. எங்காவது துரத்தி அடிப்பது. பாலஸ்தீன் போராளி இயக்கங்களை இல்லாமல் செய்வது. இதற்கு லெபனான் தாக்குதல் மிகுந்த ஒத்தாசை செய்யும். ஏனெனில், தெற்கு லெபனானில் மட்டும் அப்போது சுமார் மூன்று லட்சம் பாலஸ்தீனிய அகதிகள் இருந்தார்கள். லெபனானுக்குள் ஒரு குட்டி பாலஸ்தீனமே இருப்பது மாதிரி. இது இஸ்ரேலுக்கு ஆபத்து. கண்டிப்பாக ஆபத்து. கண்டுகொள்ளாமல் இருந்தால் அங்கே ஒரு மினியேச்சர் அரசாங்கத்தை உருவாக்கி, தினசரி தொல்லை கொடுப்பார்கள். பாலஸ்தீன் அரசே லெபனானிலிருந்து இயங்குவது போல ஒரு தோற்ற மயக்கத்தை ஏற்படுத்தி, அதற்கு

ஐ.நாவின் அங்கீகாரத்தைக் கூடக் கோரலாம். குசும்பு பிடித்த யாசிர் அரஃபாத் இன்னதுதான் செய்வார், இன்னது செய்யமாட்டார் என்றே சொல்லமுடியாது.

ஆகவே, அல் ஃபத்தாவுக்கு எதிரான தாக்குதலாக ஆரம்பித்து, தெற்கு லெபனானில் உள்ள அத்தனை பாலஸ்தீனிய அகதிகளையும் ஒழித்துவிடலாம் என்று முடிவு செய்தது இஸ்ரேல்.

ஜூன் *6, 1982* அன்று தாக்குதல் ஆரம்பிக்கப்பட்டது. அதாவது இஸ்ரேலின் பிரிட்டன் தூதர் சுடப்பட்ட மூன்றாவது நாள். முதலில் வழக்கமான ஊடுருவல் உத்தி மூலம்தான் தெற்கு லெபனானுக்குள் இஸ்ரேல் படைகள் புகுந்தன. போராளி இயக்கத்தினர் தற்காப்புக்காகச் சுட ஆரம்பித்ததும், இஸ்ரேல் முழு வேகத்தில் தாக்குதலைத் தொடங்கியது. ஒட்டுமொத்த அரபு தேசங்களும் இந்தப் போரைக் கடுமையாகக் கண்டித்தும் இஸ்ரேல் தரப்பிலிருந்து பதில் இல்லை. தனது தூதர் தாக்கப்பட்டதற்கு பதில் நடவடிக்கையாக, அல் ஃபத்தாவைக் குறிவைத்தே அந்தப் போர் ஆரம்பிக்கப்பட்டதாகச் சொன்ன இஸ்ரேல், உண்மையில் தெற்கு லெபனான் முழுவதையும் அபகரிப்பதிலேயே குறியாக இருந்தது.

லெபனான் அரசால் ஒன்றும் செய்யமுடியவில்லை. அவர்களிடம் எப்போதுமே போதிய படைபலம் இருந்ததில்லை. ஆகவே யாசிர் அரஃபாத்தான் காப்பாற்றவேண்டும் என்று சொல்லிவிட்டார்கள். அரஃபாத்தும் சும்மா இருக்கவில்லை. பி.எல்.ஓ. தன் முழுப்படை பலத்தையும் அந்தப் போரில் பயன்படுத்தியது. தோதாக சிரியாவும் வீரர்களை அனுப்பி உதவியது.

இருந்தபோதும் இஸ்ரேலை அவர்களால் தடுத்து நிறுத்த முடியவில்லை. சுமார் பதினெட்டாயிரம் அரேபியர்களைக் கொன்று குவித்து (இதில் ஆறாயிரம் பேர் அப்பாவி மக்கள்.) தெற்கு லெபனான் முழுவதையும் துவம்சம் செய்து, கபளீகரம் பண்ணிவிட்டது இஸ்ரேல்.

பி.எல்.ஓவும் சிரியாவும் தோல்வியை ஒப்புக் கொண்டன. சில பொதுவான நடுநிலையாளர்களைக் கூப்பிட்டு உட்காரவைத்துச் சமரசம் பேசி, பெய்ரூத்திலிருந்து டெமஸ்கஸூக்குச் சாலை வழி ஒன்று இருக்கவேண்டியதன் அவசியத்தை மட்டும் வற்புறுத்தி, இஸ்ரேலைச் சம்மதிக்கவைத்தார்கள். மற்றபடி தெற்கு லெபனான் முழுவதும் இஸ்ரேலுக்குத்தான் என்று ஆகிவிட்டது.

கொஞ்சம் யோசித்துப் பார்க்கவேண்டிய இடம் இது. இஸ்ரேலின் பிரிட்டன் தூதரைக் கொல்ல முயற்சி செய்தது யார்? பாலஸ்தீன் போராளிகள். போர் நடந்தது யார் யாருக்கு இடையே? இஸ்ரேலுக்கும் அல் ஃபத்தாவுக்கும் இடையே என்றுதான் சொல்லப்பட்டது. சிரியா உதவிக்கு வந்தது. ஆனால் பாதிக்கப்பட்டது யார்?

லெபனான் மக்கள் அல்லவா? இஸ்ரேலை எதிர்த்து நிற்க திராணியற்ற அரசை வைத்துக்கொண்டு என்ன செய்யமுடியும்? இன்றைக்குத் தெற்கு லெபனான் கையைவிட்டுப் போய்விட்டது. நாளைக்கு இன்னொரு பகுதி போகும். விரைவில் தேசமே போய்விடும். பாலஸ்தீன் அகதிகளுக்கு இரக்கப்பட்டு, சொந்த தேசத்தையே இழக்க நேரிடும் அவலத்துக்கு ஒரு முடிவே கிடையாதா?

இந்த எண்ணம் லெபனானில் இருந்த அத்தனை பேருக்கும் தோன்றியது. ஏதாவது செய்யவேண்டும். ஏதாவது செய்ய வேண்டும். ஏதாவது செய்ய வேண்டும்.

ஆனால் என்ன செய்ய வேண்டும் என்பதோ, யார் செய்யப்போகிறார்கள் என்பதோ யாருக்கும் தெரியவில்லை.

லெபனானில் முஸ்லிம்கள் இருக்கிறார்கள். கிருத்தவர்கள் இருக்கிறார்கள். முஸ்லிம்களிலேயே ஷியாக்களும் சன்னிகளுமாக இரு பிரிவினரும் இருக்கிறார்கள். போதாக்குறைக்கு யூதர்களும் கொஞ்சம் இருக்கிறார்கள். இவை தவிர பல ஆதிவாசி மதங்களும் அங்கே புழக்கத்தில் இருக்கின்றன.

எந்த மதத்தவரானாலும் இஸ்ரேலியர்களால் பிரச்னை என்னும்போது அத்தனை பேரும் சேர்ந்து ஏதாவது செய்யமுடியுமா என்று முதலில் கொஞ்சம் ஆலோசித்துப் பார்த்தார்கள். ஒன்றும் சரிப்படவில்லை. எத்தனையோ பல சிறு தீவிர அமைப்புகள் சுறுசுறுப்பாக எழுந்து, தொடக்க விழாவுடன் காணாமல் போய்விட்டன. நிர்வாக ரீதியில் அணி திரள்வதில் அவர்களுக்கு ஏதோ சங்கடம் இருந்திருக்க வேண்டும். தவிரவும் ஒரு தனியார் ராணுவமாகக் கிளம்பி இஸ்ரேலை எதிர்ப்பதா, சர்வதேச அமைப்புகளின் மத்தியில் இஸ்ரேலின் அட்டூழியங்களை எடுத்துச் சொல்லி நியாயம் கேட்பதா என்றும் குழப்பம் இருந்தது. யார் என்ன செய்தாலும் அரசாங்கம் ஒத்துழைக்கும் என்பது வெளிப்படையாகவே தெரிந்தது. ஆனாலும் யாராலும் எதையும் செய்யமுடியாமலேயே இருந்தது.

அப்போதுதான் லெபனானிய ஷியா முஸ்லிம்களி டையே ஓர் எழுச்சி ஏற்படத் தொடங்கியது. கூட்டு

முயற்சியெல்லாம் சரிப்படாது என்று முடிவு செய்துவிட்டு, ஒரு பெரும் கோஷ்டி, தீவிரமாகத் தனியாவர்த்தனம் செய்ய முடிவு செய்து களம் இறங்கியது.

இஸ்ரேலை அழிப்பதற்கு அல்லது ஒழிப்பதற்கு என்ன வேண்டும்? வீரம் வேண்டும். ஆயுதங்கள் வேண்டும். பணம் வேண்டும். ஆள் பலம் வேண்டும். எல்லாம் வேண்டும்தான். ஆனால் எல்லாவற்றைக் காட்டிலும் அவர்களை ஒழிக்கவேண்டும் என்கிற எண்ணம் மிக வலுவாக இருக்கவேண்டும். தெற்கு லெபனானில் இருந்து அவர்களைத் துரத்துவது முதல் படி. மத்தியக் கிழக்கிலிருந்தே விரட்டியடிப்பது என்பது அடுத்தக் கட்டம். வேறு எங்குமே யூதர்கள் தலையெடுக்காமல் பார்த்துக்கொள்வதுதான் இறுதி இலக்கு.

இப்படி முடிவு செய்த இந்த ஷியா இளைஞர்களுக்கு மிகப்பெரிய ஆதர்சம், ஈரானிய அதிபராக அப்போதுதான் பொறுப்பேற்றிருந்த அயதுல்லா கொமேனி. மாபெரும் மக்கள் புரட்சியின் மூலம் ஈரானின் ஆட்சிப்பீடத்தில் அமர்ந்து, அதுநாள் வரை அடையாளமின்றி அடங்கிக்கிடந்த ஷியா முஸ்லிம் சமூகத்தினரிடையே மிகப்பெரிய எழுச்சி அலையை ஏற்படுத்தி, ஒட்டுமொத்த மத்தியக் கிழக்கையும் ஈரானை நோக்கித் திரும்பிப் பார்க்கச் செய்திருந்தார் கொமேனி.

அகண்ட இஸ்லாமியப் பெரும் சாம்ராஜ்ஜியம் என்கிற மாபெரும் கனவு. மக்கள் புரட்சியின்மூலம் அதனைச் சாதிக்கமுடியும் என்கிற தெளிவான வழிமுறை. இஸ்லாம் வகுத்துக் கொடுத்திருக்கும் சட்டதிட்டங்கள்தான் அரசியல் சாசனம் என்கிற தெளிவு. ஏகாதிபத்தியத்துக்கு அடிபணியாத திமிர் கொப்பளிக்கும் ஆண்மை.

போதாது? லெபனானின் ஷியாக்கள் அத்தனை பேருக்குமே அந்தக் காலகட்டத்தில் கொமேனிதான் ரோல் மாடல். ஆகவே, அவரது வழியைப் பின்பற்றி, லெபனானிலும் ஒரு மாபெரும் அரசியல் மற்றும் சமூக மாற்றத்தைக் கொண்டுவரவேண்டும் என்று முடிவு செய்தார்கள். அதே அகண்ட இஸ்லாமிய சாம்ராஜ்ஜியக் கனவுகள். இஸ்ரேலை ஒழித்துவிட்டுப் பாலஸ்தீன் மக்களுக்குப் பூரண சுதந்தரம் பெற்றுத்தரவேண்டுமென்கிற வேட்கை. யாருடைய அச்சுறுத்தலுக்கும் பணியாத வீரம் மிக்க தேசமாக லெபனான் உருவாகவேண்டுமென்கிற தாகம்.

தேடி ஆள் சேர்க்கவேண்டிய அவசியம் ஏதும் அவர்களுக்கு ஏற்படவில்லை. இவ்வாறாக ஓர் அமைப்பு உருவாகிறது என்று தெரிந்ததுமே ஷியா இளைஞர்கள் ஓடோடி வந்து இணைய ஆரம்பித்தார்கள்.

அமைப்புக்கு என்ன பெயர் வைக்கலாம்? உன் கட்சி, என் கட்சி, அவன் கட்சி, ஆளுங்கட்சி, எதிர்க்கட்சி என்று அலுத்துப் போயிருந்தவர்களுக்குச் சடாரென்று ஓரெண்ணம் தோன்றியது.

மானிடக் கட்சிகள் இதுவரை என்ன சாதித்திருக் கின்றன? கட்சி அரசியலைத் தவிர? நாம் தொடங்கவி ருக்கும் அமைப்பு உண்மையிலேயே லெபனான் சரித்திரத்தின் ஒரு பெரும் அத்தியாயமாக விளங்க வேண்டும். அதற்கேற்ற பெயராகச் சூட்டவேண்டும்.

இப்படி யோசித்து அவர்கள் தேர்ந்தெடுத்த பெயர்தான் 'கடவுள் கட்சி' *(Party of God)*.

அரபு மொழியில் ஹிஸ்புல்லா என்கிற சொல்லுக்கு இதுதான் அர்த்தம்.

3

# நாலு பேர்

ஹிஸ்புல்லாவின் தோற்றத்துக்கும், இன்றைய இருப்புக்கும் செயல்பாடுகளுக்கும் மிக முக்கியமான காரணகர்த்தாக்கள் என்று மூன்று பேரைச் சொல்லவேண்டும். இஸ்ரேலுக்கு எதிராக ஏதாவது செய்யவேண்டும் என்று துடித்துக்கொண்டிருந்த லெபனானிய இளைஞர்களை ஒருங்கிணைத்து, ஓர் அமைப்பாக அவர்களை உருக்கொள்ளச் செய்து, போர்ப்பயிற்சி அளித்து, ஆழ்ந்த மதக்கல்வி அளித்து, அரசியல் தெளிவை ஏற்படுத்தி, சித்தாந்த ரீதியில் அவர்களது சிந்தனைப் போக்கைச் செதுக்கிச் செதுக்கிச் சீர் செய்து-

அந்த மூன்று பேர் இல்லாது போயிருந்தாலும் ஒருவேளை ஹிஸ்புல்லா தோன்றியிருக்கலாம். ஆனால் இத்தனை சக்தி மிக்க போராளி இயக்கமாக உருப்பெற்றிருக்கவே முடியாது. ஆகவே, ஹிஸ்புல்லாவுக்குள்ளே போவதற்கு முன்னால் அந்த மும்மூர்த்திகளைக் கொஞ்சம் பார்த்துவிட வேண்டியது முக்கியம்.

**அப்பாஸ் அல் மூசாவி (Abbas al-musawi):**

பிப்ரவரி 16, 1992ம் ஆண்டு ஓர் இஸ்ரேலிய போர் ஹெலிகாப்டரிலிருந்து வீசப்பட்ட குண்டால் கொலை செய்யப்பட்ட ஷேக் அப்பாஸ் அல் மூசாவி, லெபனானின் அதிகார சக்திகளுள் முதன்மையானவர். அவர் பாராளுமன்றத்துக்குப் போனவரில்லை. மாகாணத் தேர்தல்களையெல்லாம் சந்தித்ததில்லை. பெரிய பல்கலைக் கழகப் பேராசிரியரோ, நீதிபதியோ, ராக்கெட் விஞ்ஞானியோ, சிந்தனைச் சிற்பியோ இல்லை. ஒரு முதல்தரப் போராளியா, ஆயுத விற்பன்னரா, ஏகப்பட்ட போர்க்களங்களில் வீரத் தழும்புகள் பல பெற்றவரா, மிகத் தீவிரமான தீவிரவாதியா என்றால் அதுவுமில்லை.

தீவிரவாதிகளுள் ஒரு மிதவாதி என்று கருதப்பட்ட அவர் ஒரு சாதாரண வாத்தியார்.

லெபனானில் உள்ள பேக்கா பள்ளத்தாக்குப் (Bekaa valley) பகுதியில் அல் நபி ஷைத் என்கிற கிராமத்தில் ஓர் எளிய விவசாயக் குடும்பத்தில் பிறந்தவர். அந்த ஊரில் பள்ளிக்கூடம் கூடக் கிடையாது. யாரோ தெரிந்தவர்கள், உறவினர்களின் உதவியின்பேரில் சிறு வயதிலேயே ஈராக்குக்குச் சென்று அல் நஜஃப் என்கிற நகரில் ஒரு மதரஸா பள்ளிக்கூடத்தில் சேர்ந்து படிக்க ஆரம்பித்தார். படிக்கிற வயதில் அவருக்கு அயதுல்லா கொமேனிதான் ஹீரோ.

கொமேனியைப் பற்றிச் சொல்வதற்கு முன்னால் ஷியாக்களைப் பற்றிக் கொஞ்சம் சொல்லவேண்டும். உலகின் இரண்டாவது பெரிய மதமான இஸ்லாத்துக்குள் இருக்கும் இரண்டு பிரிவுகளுள் ஷியா பிரிவினைச் சேர்ந்தவர்கள் பெரும்பாலும் ஏழைகள். அதிகக் கல்வியறிவு இல்லாதவர்கள்.

பல இஸ்லாமிய நாடுகளில், சன்னி பிரிவினரால் தொடர்ந்து ஒடுக்கப்பட்டு வந்தவர்கள். ஈராக்கில் ஷியாக்கள் நசுக்கப்பட்டது ஒன்றுதான் வெளி உலகுக்குத் தெரியும். மற்ற பல இஸ்லாமிய தேசங்களிலும் பெரும்பாலும் இதுவேதான் நிலைமை.

ஆகவே, ஷியாக்கள் மனத்தளவில் தங்களை ஒடுக்கப்பட்ட இனத்தவராகவே காலம் காலமாகக் கருதிவந்தார்கள். எதிர்த்துக் குரல் கொடுக்கத் தெரியாமல் பல நூற்றாண்டுகளாக அதிகார வர்க்கத்தினருக்கும் இஸ்லாத்தின் மாற்றுப் பிரிவினருக்கும் அடங்கியே போய்க்கொண்டிருந் தார்கள். எங்காவது ஷியாக்கள் மொத்தமாக, கணிசமாக இருக்கிறார்கள் என்று தெரிந்தால் அப்படியே சுற்றி வளைத்து இனப்படுகொலை செய்வது என்பது ஈராக்கில் மட்டுமல்லாமல் பல்வேறு ஆப்பிரிக்கத் தேசங்களிலும் நடைமுறையில் இருந்த விஷயம்தான்.

இந்தக் காரணத்தாலேயே ஷியாக்கள் மொத்தமாக வசிக்கமாட்டார்கள். ஒரே தேசத்தில் இருந்தாலும் ஒன்றாக இருக்கமாட்டார்கள். (யூதர்கள் இதற்கு நேரெதிர்! மொத்தமாக அகப்பட்டால் உயிர் போவது நிச்சயம் என்பது தெரிந்தும்கூட கம்யூன் வாழ்க்கையையே அவர்கள் விரும்புவார்கள்.)

ஆனால் ஈரானில் ஷியாக்கள் அதிகம். மெஜாரிடிகளாக இருந்தும் கொமேனியின் வருகைக்கு முன்னர் சுமார் முப்பத்தியெட்டு ஆண்டுகாலம் *(1941 முதல் 1979 வரை)* மன்னர் ஷா முஹம்மது ரெஸா பாலவியின் *(Shah Mohammad Reza Pahlavi)* சகிக்கமுடியாத முடியாட்சியில் அவஸ்தைப்பட்டுக்கொண்டு இருந்தார்கள். கொமேனியின் எழுச்சியும் விளைவான

மக்கள் புரட்சியும்தான் ஷியாக்களுக்கு அங்கே ஓர் அடையாளத்தைப் பெற்றுக்கொடுத்தது. கொமேனி ஒரு ஷியா முஸ்லிம். ஈரானில் மன்னராட்சியை ஒழித்து, மக்களாட்சியைக் கொண்டுவந்ததாகச் சொல்லிக்கொண்டாலும் அவர் நடத்தியது சர்வாதிகார ஆட்சிதான். ஆனாலும் ஷரியத்தை அடியொற்றிய ஆட்சி என்றபடியால் ஈரான் மக்கள் ஏற்றுக்கொண்டார்கள். அமெரிக்க எதிர்ப்பு என்னும் லாலிபாப் அவர் கையில் இருந்தபடியால் கொஞ்சம் சாகச உணர்வுடனும் தங்கள் அதிபரை அவர்கள் வழிபட ஆரம்பித்தார்கள்.

ஒரு மதத்தலைவராகவும் ஆட்சித் தலைவராகவும் கொமேனி ஈரான் மக்களிடையே பெற்ற செல்வாக்கு மிக அதிகம். கண்ணை மூடிக்கொண்டு அவரது வீர உரைகளைக் கேட்பதில் மக்களுக்கு அப்போது அப்படியொரு ஆர்வம். ஒருங்கிணைந்து செயல்பட்டால் ஆட்சி மாற்றம் - அதிகார மாற்றம் சாத்தியமே என்பதுதான் கொமேனியின் புரட்சி சொல்லும் ஒருவரிப் பாடம். (1963ம் ஆண்டு ஈரானிய மன்னருக்கு எதிராகக் குரல் கொடுத்த குற்றத்துக்காக கொமேனிக்கு எட்டு மாதங்கள் சிறைத்தண்டனை விதிக்கப்பட்டது. அடுத்த வருஷம் அவர் வெளியே வந்ததும் மீண்டும் அதே திருப்பணியை ஆரம்பித்துவைத்தார். இம்முறை அவருக்கு மரணதண்டனையே விதிக்கப்பட்டது. ஆனால், அதற்குள் அவருக்கு மக்கள் செல்வாக்கு மிக அதிகமாகிவிட்டபடியால், அவரைக் கொன்றால் ஈரானில் கலவரம் நடக்கும் என்று நினைத்து நாடு கடத்திவிட்டார்கள். முதலில் துருக்கிக்குப் போனார். பிறகு கொஞ்சகாலம் கழித்து அங்கிருந்து ஈராக்குக்கு இடம்பெயர்ந்தார். ஈராக்கில் சதாம் உசேன் அப்போது துணை அதிபராக இருந்தார். அவருக்கு கொமேனியை

வைத்துக்கொள்வது சரிப்படாத காரணத்தால், அங்கிருந்து துரத்தியடிக்க, கொமேனி பிரான்சுக்குப் போனார். ஈரானிய மன்னர் ஷா, அமெரிக்க, பிரான்ஸ், பிரிட்டன்நேசர் என்கிற படியால், பிரான்சிலேயே கொமேனியைக் கொன்றுவிடலாமா என்று பிரான்ஸ் உளவுத்துறை அதிகாரிகள் கேட்டார்கள். ஐயோ, வேண்டாம், அவர் தியாகியாகிவிடுவார் என்று மன்னர் ஷா மறுத்துவிட்டதுதான் கொமேனியின் வாழ்க்கையில் இரண்டாம் பாகத் தொடக்கம். அங்கிருந்தபடியே ஈரான் மக்களை உசுப்பிவிட்டு, ஒரு புரட்சிக்குத் தயார் செய்து, அதில் வென்றும் காட்டியது தனி வரலாறு.)

ஆகவே பாதிக்கப்பட்ட, அடிமை வாழ்க்கையில் உழலும் மக்கள் அனைவருக்கும் அவரது வாழ்வும் புரட்சியும் மிகப்பெரிய விஷயங்களாக இருந்தன. அப்பாஸ் அல் மூசாவியை கொமேனி இந்த வகையில் கவர்ந்தது வியப்பல்ல. ஆனால், அவர் மற்றவர்களைப் போல வழிபாட்டு நிலைக்கு இறங்கிவிடாமல், கொமேனியைப் போலத் தாமும் மதக்கல்வியைப் பூரணமாகக் கற்கவேண்டும் என்று நினைத்தார். கொமேனியின் நெஞ்சுரத்தைப் பெறவேண்டும் என்று விரும்பினார். கொமேனியைப் போலவே லெபனான் ஷியாக்களுக்கு ஒரு விடிவுகாலத்தைக் கொண்டுவரத் தன்னாலான முயற்சிகளை மேற்கொள்ள வேண்டுமென்று முடிவு செய்தார்.

பதினைந்திலிருந்து இருபத்தைந்து வயது வரை மூசாவிக்கு இதே எண்ணம்தான். அவரது பேச்சு மூச்செல்லாம் இதைப்பற்றித்தான். தனக்கிருந்த மிகக் குறைந்தபட்ச வசதிகளைக் கொண்டே தன் உலக அறிவையும் மதக்கல்வியையும் விஸ்தரித்துக்கொண்டார். எங்கு யாரிடம் என்ன

புத்தகம் இருப்பதாகக் கேள்விப்பட்டாலும் மைல் கணக்கில் நடந்தே சென்று வாங்கிப் படித்துவிட்டு வருவார். அபாரமான நினைவாற்றல், ஒருமுறை படித்தால் சாகும் வரை மறக்காத இயல்பு அவருக்கு இருந்தது. குர் ஆனிலும் ஹதீஸ்களிலும் (முகம்மது நபியின் போதனைகள்) கரைகண்டவர்.

லெபனானுக்கு கொமேனிபோல் ஒரு தலைவர் கிடைக்கமாட்டாரா என்ற எண்ணத்துடன் தான் அவர் 1978ம் ஆண்டு மீண்டும் லெபனானுக்குத் திரும்பினார். அப்படியொரு புரட்சிக்கு அங்கும் விதை ஊன்றப்பட்டு, அதற்குத் தாமே தலைமையும் தாங்குவோம் என்று கண்டிப்பாக அப்போது அவர் நினைத்துப் பார்த்திருக்கவில்லை.

**ஹஸன் நஸ்ருல்லா:**

மூசாவி லெபனானுக்குத் திரும்பி, ஒரு சிறு மதப்பள்ளிக்கூடத்தின் ஆசிரியராக உத்தியோகம் பார்க்க ஆரம்பித்து, ஒன்றிரண்டு வருடங்கள் ஆகியிருக்கும். ஒரு நாள் அவரைப் பார்க்க ஈராக்கிலிருந்து ஹஸன் நஸ்ருல்லா என்றொரு இளைஞர் வந்தார். வந்தவர் கையில் ஒரு சிபாரிசுக் கடிதம் இருந்தது. லெபனானின் அன்னாளைய மத சூப்பர் ஸ்டாராக விளங்கிய இமாம் மூசா அல் சதர் என்பவரைப் பார்க்கவும், அவரது ஏற்பாட்டின்படி நடக்கவிருந்த ஒரு மாபெரும் இஸ்லாமியக் கருத்தரங்கில் பங்குபெறவும் அனுமதி கோரிய சிபாரிசுக் கடிதம்.

ஈராக்கில் இருக்கும் யாரோ ஒரு பெரிய மனுஷன் கொடுத்தனுப்பியிருந்த கடிதம் அது. தீவிர மதப்பற்று மிக்க ஹஸன், மூசாவை எங்கே, எப்படிப் பார்ப்பது, யார் மூலம் அணுகுவது என்பது கூடத் தெரியாமல்

சுற்றிக்கொண்டிருந்தபோது, வழியில் எதிர்ப்பட்ட யாரோ ஒரு சிலர், 'நீங்கள் நேரடியாக இமாமைப் போய்ப் பார்ப்பதென்பது நடக்காத காரியம். அப்பாஸ் அல் மூசாவியைப் போய்ப் பாருங்கள். அவர் மனம் வைத்தால் நீங்கள் இமாமைச் சந்திக்கமுடியும்' என்று சொல்லியனுப்பியிருந்தார்கள்.

அப்படித்தான் மூசாவியைப் பார்க்க வந்தார் நஸ்ருல்லா. மிகச்சாதாரணதள்ளுவண்டி பழ வியாபாரி ஒருவரின் மகனாகப் பிறந்து, கஷ்டப்பட்டுப் படித்து (இவரும் மூசாவியைப் போலவே ஈராக் சென்று படித்தவர்) முன்னேறப் பாடுபட்டுக்கொண்டிருந்தவர் நஸ்ருல்லா. மூசாவியைப் பார்க்க வந்த கணத்தில் அவரது வாழ்க்கையே திசைமாறிவிட்டது.

ஈராக்கிலிருந்து லெபனான் வந்தவர் அவர் என்பதுதான் நஸ்ருல்லாவுக்குத் தெரியும். மூசாவி பிறந்து வளர்ந்ததெல்லாம் லெபனான் தான் என்கிற விஷயம் அவருக்குத் தெரியாது. ஆகவே, மூசாவியை ஒரு ஈராக்கியர் என்றே அவர் நினைத்திருந்தார். உயரமாக, கனத்த சரீரத்துடன், கொஞ்சம் பழுப்பு நிறத்துடன், சுத்தமான அரபு மொழி பேசுபவராக அவர் கற்பனை செய்துவைத்திருந்ததெல்லாம் நேரில் பார்த்ததும் அர்த்தமிழந்துவிட்டது.

மூசாவியின் எளிமையும் தோழமையும், 'அட, நானும் இந்த ஊர்க்காரன்தான்யா' என்கிற உற்சாகமும் நஸ்ருல்லாவுக்குப் பிடித்துப்போனது. தவிரவும் தன்னைவிட எட்டு வயது சீனியர் என்றாலும் மூசாவி தனக்குச் சமவயதுத் தோழன் போலவும் சமயத்தில் தன்னைக் காட்டிலும் வயது குறைவானவராகவும் தோன்றியது நஸ்ருல்லாவுக்கு வியப்பாக இருந்தது. அவரது கல்வி ஞானமும் மதப்பற்றும்தான்

நஸ்ருல்லாவை முதன்மையாகக் கவர்ந்த விஷயங்கள். அத்தனை படித்த மனிதர்கள் பொதுவாக இவ்வளவு தன்னடக்கமுடன் நடந்துகொள்ளமாட்டார்கள் என்று அவர் நினைத்தார். மேலும் லெபனான் ஷியா சமூகத்தினரிடையேயும் இமாம் மூசா அல் சதர் மற்றும் அவரைச் சுற்றியிருந்த பண்டிதர்கள் மத்தியிலும் மூசாவிக்கு இருந்த செல்வாக்கும் மதிப்பும் நஸ்ருல்லாவுக்குப் பெரும் வியப்பை ஏற்படுத்தின.

உட்கார்ந்து பேசப் பேச, இனி தன் வாழ்க்கை ஒருபோதும் மூசாவியைவிட்டுப் பிரிக்கமுடியாத படிதான் அமையும் என்று அவருக்கு உறுதியாகத் தோன்றியது.

இமாம் மூசா அல் சதர், நஸ்ருல்லாவைப் பற்றி மூசாவியிடம் விசாரித்துத் தெரிந்துகொண்டார். நஸ்ருல்லாவுக்குத் தங்குவதற்கு ஓர் அறையும் செலவுக்குக் கொஞ்சம் பணமும் கொடுக்கும்படி மூசாவியிடம் சொன்னார். ஷியா சமூகத்தினரிடையே ஒரு மறுமலர்ச்சியையும் எழுச்சியையும் உண்டாக்கும் கனவுடன் உழைத்துக்கொண்டிருந்த மூசாவியின் வலது கரம் மாதிரி நஸ்ருல்லா இருப்பார் என்கிற தம் நம்பிக்கையைத் தெரிவித்துவிட்டுப் போனார்.

அடிப்படையில் நஸ்ருல்லாவுக்கும் இஸ்ரேலின் லெபனான் ஆக்கிரமிப்பு தொடர்பாக விமரிசனங் களும் கோபங்களும் இருந்தன. இயல்பிலேயே அவர் கொஞ்சம் தீவிரர். பேச்சுவார்த்தைகளில் மேலதிகம் நம்பிக்கை இல்லாதவர். அடிக்கு அடி, உதைக்கு உதை என்கிற சித்தாந்தத்தில் மிகுந்த விருப்பம் கொண்டவர். துடிப்பும் வேகமும் மிக்க நஸ்ருல்லாதான் மூசாவியின் முதல் ஆயுதம். நண்பர்களாகத்தான்

பழகினார்கள் என்றாலும் மூசாவி பல விதங்களில் நஸ்ருல்லாவுக்கு ஆசிரியராகவும் விளங்கினார். சித்தாந்த ரீதியில் நஸ்ருல்லாவின் சிந்தனைப்போக்கை ஒழுங்குபடுத்தியவர் மூசாவிதான்.

ஆகவே, ஓர் இயக்கமாக லெபனானிய ஷியாக்கள் திரளவேண்டும் என்கிற எண்ணம் அவர்களுக்கு வலுப்பட்டபோது, அந்த இயக்கத்தின் அரசியல் குருவாக மூசாவியும், ராணுவ வாத்தியாராக நஸ்ருல்லாவும் அமைந்தது இயல்பான விஷயங்களே. (நஸ்ருல்லா, லெபனானுக்குத் திரும்பிவந்த சூட்டிலேயே பல்வேறு முன்னாள் லெபனான் ராணுவ வீரர்களிடம் ஆயுதப் பயிற்சி பெற்றவர். சில சிறு போராளிக் குழுக்களுடனும் அவருக்குத் தொடர்பு இருந்திருக்கிறது.)

ஹிஸ்புல்லா ஆரம்பிக்கப்பட்டபோது மூசாவி அதன் முதல் செகரெட்டரி ஜெனரல் என்று அறிவிக்கப் பட்டார். நஸ்ருல்லா, அவரது வலதுகரமாக இருந்தார். 1992ல் மூசாவி இஸ்ரேலியத் தாக்குதலில் கொல்லப்பட்டவுடன் நஸ்ருல்லா ஹிஸ்புல்லாவின் ஜெனரல் செகரட்டரியாகத் தேர்ந்தெடுக்கப்பட்டார். இன்றுவரை ஹிஸ்புல்லா ஒரு திடமான, அழிக்கமுடியாத ராணுவ அமைப்பாக இருப்பதற்கு நஸ்ருல்லாதான் காரணம்.

**இமத் ஃபயாஸ் மக்னியா (Imad Fayez Mugniyah) :**

மூசாவியும் நஸ்ருல்லாவும் ஹிஸ்புல்லாவைத் தோற்றுவித்த முதல் நாளிலிருந்தே அவர்களுடன் இருந்து, இன்றுவரை ஹிஸ்புல்லாவின் அத்தனை அதிதீவிர தாக்குதல் திட்டங்களுக்கும் ப்ளூ ப்ரிண்ட் போட்டுக்கொடுப்பவர் ஃபயாஸ்தான். மிகப்பெரிய மூளை. ஹிஸ்புல்லாவின் பாதுகாப்புத் துறைத்

தலைவராகவும் அதன் சர்வதேசப் பிரிவின் கோ ஆர்டினேட்டராகவும் இருப்பவர்.

டிசம்பர் 7, 1962ல் பிறந்த ஃபாயஸின் தலைக்கு அமெரிக்கா ஐந்து மில்லியன் டாலர் விலை வைத்திருக்கிறது. ஆனால் அவரது முகத்தைக்கூடப் பார்ப்பது கஷ்டம். இதுவரை ஒன்று அல்லது இரண்டு புகைப்படங்கள் மட்டுமே இவருடையது வெளியாகியிருக்கிறது. அதைக்கூட வரைந்தபடம் என்று சொல்பவர்கள் இருக்கிறார்கள்.

தெற்கு லெபனானில் டாய்ர் டிப்பா *(Tayr Dibba)* என்கிற குக்கிராமத்தில் பிறந்த ஃபயாஸ், மிக இளம் வயதிலேயே பாலஸ்தீன் போராளி இயக்கங்களால் ஈர்க்கப்பட்டவர். 1976-78 ஆண்டு காலகட்டத்தில் யாசிர் அரஃபாத்தின் Force 17 என்கிற பிரத்தியேகப் பாதுகாப்புப் படைப்பிரிவில் பணியாற்றியிருக்கிறார். Sniper என்று சொல்வார்கள். எதிரிகளை நிலைகுலைய வைத்து, அவர்களது தன்னம்பிக்கையைக் குலைக்கும் பணியைச் செய்யும் சீனியர் வீரர் என்று அர்த்தம். இத்தகைய ஸ்னிப்பர்கள், கண்ணுக்குத் தென்படும் எதிரிகள் எல்லாரையும் சுட்டுக்கொண்டிருக்கமாட்டார்கள். யார் கமாண்டர், யார் யார் முக்கியஸ்தர்கள் என்று பார்த்துப் பார்த்துப் போட்டுத்தள்ளுவதுதான் இவர்களது உத்தியோகம். பாகிஸ்தான் கிரிக்கெட் அணியில் 'ஷுஐப் அக்தரை எப்படிப் பயன்படுத்துவார்களோ, அப்படி.

போர்க்கலை நிபுணரான ஃபயாஸ்ஃபயாஸ், ஏனைய தெற்கு லெபனான் இளைஞர்களைப் போலவே ஒரு காலகட்டத்தில் மூசாவியால் ஈர்க்கப்பட்டு ஹிஸ்புல்லாவுக்கு வந்தவர். மிகத் தீவிரமான தீவிரவாதி என்கிறபடியால் ஃபாயஸின் வேகத்தைக்

கொஞ்சம் மட்டுப்படுத்தும் விதமாக மூசாவி அவருக்கு முதலில் வெளியுறவு விவகாரங்களை கவனித்துக்கொள்ளும் பொறுப்பைக் கொடுத்தார்.

வெளியுறவு என்றால், இதர தீவிரவாத இயக்கங்களுடன் தொடர்புகொள்வது. ஆயுதங்கள் வாங்கிச் சேகரிப்பது. பல்வேறு இஸ்லாமிய தேசங்களின் அரசுகளுடன் நல்லுறவு வளர்ப்பது. உண்மையில் இன்றைக்கு ஹிஸ்புல்லாவுக்கு ஈரானில் இருக்கும் செல்வாக்குக்கு ஃபாயஸின் உழைப்பு மிக முக்கியக் காரணம். மிகவும் டிப்ளமடிக்காகப் பேசி, காரியத்தைச் சாதிக்கும் சாமர்த்தியம் உள்ள மனிதர்.

ஒசாமா பின்லேடனும் அவருடைய அல் காயிதாவும் முதன்முதலில் ஆப்கனிஸ்தானிலிருந்து புறப்பட்டு சூடானுக்குப் போய்ச் சேர்ந்து அங்கிருந்து தங்கள் நெட் ஒர்க்கை வலுப்படுத்தும் பணியில் ஈடுபட்டிருந்த சமயத்தில் (1991ம் ஆண்டுத் தொடக்கம்), உலகெங்கும் இருக்கும் பல்வேறு இஸ்லாமிய தீவிரவாத இயக்கங்களைச் சேர்ந்தவர்களை சூடானுக்கு வரவழைத்து நல்லுறவு வளர்க்கும் திட்டம் ஒன்றைச் செயல்படுத்தினார்கள்.

ஆயிரம் சொன்னாலும் அல் காயிதா ஒரு சன்னி இயக்கம். அதுவரை எந்த ஒரு ஷியா அமைப்புடனும் அவர்களுக்கு உறவு இருந்ததில்லை. தனிப்பட்ட முறையிலும் ஒசாமாவுக்கு அதில் விருப்பமில்லை. ஆனால் அல் காயிதாவின் மூத்த தளபதிகளும் அப்போதைய சூடான் அதிபரான அசன் அல் துராபியும் தொடர்ந்து வற்புறுத்தியதன் பலனாக ஹிஸ்புல்லாவையும் தோழமை அணியில் சேர்த்துக்கொள்ள ஒசாமா முடிவு செய்தார்.

இந்த முயற்சி வெற்றியடைந்ததற்குக் காரணகர்த்தா, ஃபயாஸ்ஃபயாஸ்தான். இதில், இரு தரப்புக்குமான லாபங்கள் என்னவென்று பார்க்கவேண்டும். ஹிஸ்புல்லாவுக்கு அல் காயிதாவின் நட்பு கிடைக்குமானால், அவர்களது ஆயுத பலம் பெருகும். மத்தியக்கிழக்குக்கு வெளியே ஹிஸ்புல்லாவின் நெட் ஒர்க் பலப்படுவதற்கு அல் காயிதா உதவிகள் செய்யும்.

பதிலுக்கு அல் காயிதாவுக்கு ஹிஸ்புல்லா, போர்ப்பயிற்சி அளிக்கும். கெரில்லா யுத்தத்தில் மட்டுமே தாதாக்களாக விளங்கிய அல் காயிதா போராளிகளுக்கு ஹிஸ்புல்லா தரக்கூடிய பல நவீன போர்க்கலைப் பயிற்சிகள், வேறு எந்த இடத்திலும் கிடைக்கமுடியாதவை. தவிரவும் மத்தியக் கிழக்கிலேயே போராளி இயக்கங்களுக்கு அதிக பாதுகாப்பு கிடைக்கும் இடம் என்று வருணிக்கப்படும் ஈரான் தேசத்தில் இயங்கும் வேறு சில ஷியா இயக்கங்களும் ஹிஸ்புல்லாவின் இந்தப் போர்ப்பயிற்சி வகுப்புகளில் ஆசிரியர்களாகக் கலந்துகொண்டு அல் காயிதா வீரர்களுக்குப் பாடம் எடுக்கும் என்று தீர்மானமானது.

கேள்விப்படுவதற்குச் சற்றே விசித்திரமாக இருந்தாலும் அல் காயிதாவைக் காட்டிலும் ஹிஸ்புல்லாவும் அதன் சிஷ்ய இயக்கங்களும் தோழமை இயக்கங்களும் யுத்தக் கலையில் மிகுந்த தேர்ச்சி பெற்றவர்கள் என்பதுதான் உண்மை.

யுத்தம் என்றால் நேரடி யுத்தம் மட்டுமல்ல. ஒரு குறிப்பிட்ட இலக்கை நிர்ணயித்துவிட்டு, வெடி வைத்தோ, தீ வைத்தோ தகர்ப்பதுகூட யுத்தத்தில் சேர்த்திதான். *1988*ம் ஆண்டு கிழக்கு ஆப்பிரிக்க நாடுகளான கென்யா மற்றும் தான்சானியாவின்

தலைநகரங்களில், அமெரிக்க தூதரகங்களின் மீது அல் காயிதா நிகழ்த்திய தாக்குதல் சமயத்தில், சம்பந்தப்பட்ட தற்கொலைப்படைப் போராளி களுக்கு சிறப்புப் பயிற்சி அளிக்க ஒசாமா பின்லேடன் தேர்ந்தெடுத்த நபர் ஃபயாஸ்ஃபயாஸ்தான்.

வண்டி ரெடி, ஓட்டத்தெரிந்த ஆள் ரெடி, குண்டு ரெடி என்றபின் கொண்டுபோய் மோதிச் சாவதற்கு என்ன சிறப்புப் பயிற்சி?

மரணத்தின் வாசல்படி என்று தெரிந்தும் வலதுகாலை திடமாகவும் சந்தோஷமாகவும் எடுத்து வைப்பதற்கான மனநிலையை வரவழைப்பதுதான் தற்கொலைப் படைப் போராளிகளுக்குப் பயிற்சியளிப்பவர்களின் தலையாய கடமை. சித்தாந்த ரீதியிலும் மதம் மற்றும் அரசியல் ரீதியிலும் பேசிப்பேசி உரமேற்றி, ஒரு நபரை ஆயுதமாக மாற்றும் கலை அறிந்தவர்கள் உலகில் மிகச் சிலர்தான். விரல்விட்டு எண்ணிவிடலாம். அவர்களுள் ஃபயாஸ்ஃபயாஸ் முன்னணியில் நிற்பவர்.

2000ம் ஆண்டு ஏடன் துறைமுகத்துக்கு வந்த யு.எஸ்.எஸ். கோல் என்கிற அமெரிக்கப் போர்க்கப்பலைத் தகர்க்க அல் காயிதா தேர்ந்தெடுத்த தற்கொலைப்படைப் போராளிகளுக்கும் ஃபயாஸ்ஃபயாஸ்தான் இத்தகைய சிறப்புப் பயிற்சியை அளித்தவர்.

ஹிஸ்புல்லாவைப் பொறுத்தவரை ஆள் கடத்தல் என்பதும் யுத்தத்தின் இன்னொரு மிக முக்கியமானதொரு அத்தியாயம். எப்படி ஹமாஸ் கார் குண்டு ஸ்பெஷலிஸ்டாக விளங்குகிறதோ, அல் காயிதா அதிபயங்கர திட்டங்களின் ஆதாரக் கேந்திரமாக இருக்கிறதோ, அம்மாதிரி ஆள் கடத்தல் விஷயத்தில் ஹிஸ்புல்லா போராளிகள் வல்லவர்கள்.

மிக மிக முக்கியமான நபர்களாகத் தேர்ந் தெடுத்துத்தான் கடத்துவதற்குத் தீர்மானிப்பார்கள்.

நெருங்கவே முடியாத பாதுகாப்பு வளையங்களை நொறுக்கித் தள்ளிவிட்டு உள்ளே நுழைந்து கோழி அமுக்குவது எப்படி என்பதை ஹிஸ்புல்லா போராளிகளுக்குச் சொல்லிக்கொடுத்த ஆதிகுரு இந்த ஃபயாஸ்ஃபயாஸ்தான். வி.ஐ.பிக்களைக் கடத்துவதுடன் கூட அமெரிக்கச் சுற்றுலாப் பயணிகளை அவ்வப்போது கடத்திவைத்து கதிகலங்க விடுவது என்கிற வழக்கத்தை ஹிஸ்புல்லா போராளிகளின் 'பயிற்சி'க்குப் பயன்படுத்தியவர் ஃபயாஸ்ஃபயாஸ். அமெரிக்கா மற்றும் இஸ்ரேல் விஷயத்தில் கருணை என்கிற சொல்லுக்கோ, இரக்கம் என்கிற உணர்வுக்கோ சற்றும் இடமில்லை என்பதுதான் ஃபாயஸின் சித்தாந்தம்.

1983ம் ஆண்டு ஏப்ரலில், லெபனானில் உள்ள அமெரிக்கத் தூதரகத்தில் குண்டு வைத்தது, அதே ஆண்டு மீண்டும் அக்டோபரில் லெபனானுக்கு வந்த அமெரிக்கப் போர்க்கப்பல் ஒன்றைத் தகர்த்துவிட்டு, ஃப்ரெஞ்சு பாராட்ரூப்பர் (விமானத்திலிருந்து பேராச்சூட் மூலம் நேரடியாகப் போர்க்களத்தில் குதிக்கவல்ல வீரர் என்று பொருள்) ஒருத்தரையும் சுட்டுக் கொன்றது, 1984ம் ஆண்டு மீண்டும் பெய்ரூத்தில் உள்ள அமெரிக்க தூதரகத்தின் வேறொரு கட்டடத்தில் குண்டு வைத்தது, 1994ல் ப்யூனர்ஸ் அயர்ஸில் உள்ள இஸ்ரேலிய தூதரகத்தையும் ஒரு யூத கலாசார மையக் கட்டடத்தையும் தகர்த்தது, எண்பதுகள் முழுவதிலும் ஏராளமான ஆள் கடத்தல் என்று ஃபாயஸின் வாழ்க்கை வரலாற்றுப் பக்கங்கள் அனைத்தும் ரத்தத்தால் எழுதப்பட்டவை.

இந்த 2006ம் ஆண்டு மீண்டும் ஆரம்பித்திருக்கும் இஸ்ரேல் - ஹிஸ்புல்லா யுத்தம் வரைக்கும் ஹிஸ்புல்லாவின் ஒவ்வொரு போர்க்கள நடவடிக் கையையும் வடிவமைப்பவராக ஃபயாஸ்தான் இருக்கிறார்.

**ஷேக் முஹம்மது ஹுஸைன் ஃபத்லுல்லா *(Sheik Muhammad Husayn Fadlallah) :***

ஹிஸ்புல்லாவினரின் ஆன்மிகத் தலைவராகக் கருதப்படும் ஷேக் முஹம்மது ஹுஸைன் ஃபத்லுல்லாஃபத்லுல்லா, 1935ம் ஆண்டு ஈராக்கில் உள்ள நஜஃப் என்கிற நகரத்தில் பிறந்தவர்.

அவர் பிறந்தது ஈராக் என்றாலும் அவரது தந்தை, தாய்வழியில் அத்தனை பேருமே லெபனானைச் சேர்ந்தவர்கள். ஃபத்லுல்லாஃபத்லுல்லாவின் தந்தை அயாதுல்லா அப்துல் ரவூஃப் ஃபத்லுல்லாஃபத்லுல்லா அப்போது நஜஃபில் பிரசித்தி பெற்ற உலமா (மார்க்க அறிஞர்).

நஜஃப் நகரமே ஷியாக்களுக்கு ஒரு புண்ணிய பூமி என்கிறபடியால் மத்தியக் கிழக்கின் அத்தனை ஷியா முஸ்லிம்களுமே அந்நகரில் வசிக்கவோ, உத்தியோகம் பார்க்கவோ, குறைந்தபட்சம் வந்து போகவோ எப்போதும் விரும்புவார்கள்.

ஃபத்லுல்லா, நஜஃபில்தான் தனது ஆரம்பக் கல்வி முதல் ஆசிரியப் பணிக் காலம் வரை கழித்தார். உலகப் புகழ்பெற்ற இஸ்லாமிய மார்க்க அறிஞரும் இஸ்லாமிய நோக்கில் மார்க்ஸியத்தைக் கிழி கிழி என்று கிழித்து, சர்வதேச அளவில் பரபரப்பேற்படுத்தியவருமான முஹம்மது பக்கீர் அல் சதர் (* Muhammad Baqir al-

*Sadr* - மார்க்ஸியப் பொருளாதாரக் கொள்கைக்கு மாற்றாக இவர் முன்வைத்த இஸ்லாமியப் பொருளாதாரக் கொள்கைகள் அடங்கிய 'இக்திஸாதுனா' (*Iqtisaduna*) என்கிற நூல் மிகவும் புகழ்பெற்றது.) இவரது பள்ளித்தோழர். பின்னாளில் ஃபத்லுல்லாஃபத்லுல்லாவின் மதக்கல்வியை அரசியல் மற்றும் சமூகத் தேவைகளுக்கான கருவியாக மாற்றியவரும் அவர்தான்.

1966ல் நஜஃப் நகரத்து உலமாக்கள் ஃபத்லுல்லாவின் கல்வி முடிந்துவிட்டது என்று அறிவித்து, அவரை ஒரு வழிநடத்தும் ஆசிரியராக லெபனானுக்கு அனுப்பிவைத்தார்கள். பெய்ரூத்தின் புறநகர்ப் பகுதிகளில் ஒன்றான 'நபா' என்கிற இடத்துக்குச் சென்ற ஃபத்லுல்லா, முதல் முதலில் அங்கே சில மதப்பள்ளிக்கூடங்களையும் மருத்துவமனைக ளையும் மக்கள் மையங்களையும் (*Community centers*) தொடங்கிவைத்து வேலையை ஆரம்பித்தார்.

எல்லாம் சுமூகமாகத்தான் போய்க்கொண்டிருந்தது. ஆனால் 1975ம் ஆண்டு லெபனானில் உள்நாட்டு யுத்தம் ஏற்பட்டபோது நபா நகரையே அங்குள்ள கிருத்தவர்கள் சூறையாடி, துவம்சம் செய்துவிட, ஆயிரக்கணக்கான முஸ்லிம்கள் அகதிகளாகத் தெற்கு லெபனான் கிராமங்களை நோக்கி இடம் பெயர நேரிட்டது. (இந்த விவரங்கள் பின்னால் விரிவாக வரும்.)

எழுபதுகளின் இறுதியில், முன்னர் பார்த்த ஈரான் புரட்சி, அயாதுல்லா கொமேனியின் எழுச்சிச் சம்பவங்கள் நடைபெற, அதனால் ஈர்க்கப்பட்டு லெபனான் ஷியாக்களை இயக்க ரீதியில் ஒன்று திரட்டவேண்டிய அவசியத்தை

ஃபத்லுல்லா உணர்ந்தார். இதே சிந்தனையுடன் திரிந்துகொண்டிருந்த அப்பாஸ் அல் மூசாவி, நஸ்ருல்லா இருவரும் ஃபத்லுல்லாவைச் சந்திக்க, ஹிஸ்புல்லாவின் அதிகாரபூர்வ ஆன்மிகத் தலைவராக ஃபத்லுல்லா ஆகிப்போனார்.

'இஸ்லாமிய சகோதரத்துவம்' என்கிற சித்தாந்தத்தை முன்வைத்து அத்தனை போராளி இயக்கங்களும் இயங்கிக்கொண்டிருந்த காலகட்டத்தில் முதல் முறையாக 'இஸ்லாமியப் புரட்சி' (*Islamic Revolution*) என்று அதனைத் திருத்தி, பகிரங்கமாக இஸ்லாத்துக்கு எதிரான சக்திகளுக்குச் சவால் விட்டவர் ஃபத்லுல்லாதான். லெபனான் அரசியல் சட்ட வரைவைத் தயாரித்தவரே இவர்தான். தமது நண்பரும் குருவுமான முஹம்மது பக்கீர் அல் சதருடன் இணைந்து இவர் உருவாக்கிய அரசியல் சாசனம்தான் இன்றுவரை லெபனானில் அமலில் இருக்கிறது.

ஃபத்லுல்லாவின் அரசியல், இதர ஹிஸ்புல்லா தலைவர்களின் அரசியல் பார்வையைக் காட்டிலும் சற்றுத் தீவிரமானது. குறிப்பாக இஸ்ரேல் விஷயத்தில்.

எக்காரணம் கொண்டும் இஸ்ரேலுடன் பேச்சுவார்த்தை கிடையாது என்பது ஹிஸ்புல்லாவின் சித்தாந்தம். ஃபத்லுல்லா இந்த விஷயத்தில் இன்னும் ஒரு படி மேலே செல்பவர். அப்படிப் பேச்சுவார்த்தை நடத்திய இயக்கங்களுடனும் 'டூ' விடக்கூடிய அரசியல் அவருடையது. அவரது பார்வையில் யாசிர் அரஃபாத்கூட மன்னிக்கமுடியாதவர்தான். இஸ்ரேல் அரசுடனான அவரது நார்வே பேச்சுவார்த்தைகளை முன்வைத்து மிகக் கடுமையாகக் கண்டித்திருக்கிறார். பாலஸ்தீனின் சுதந்தரம் என்பது இஸ்ரேலின் அழிவில் மட்டுமே சாத்தியம் என்பது ஃபத்லுல்லாவின்

கருத்து. ஹிஸ்புல்லா போராளிகளின் வெறித்தனமான தாக்குதல் நடவடிக்கைகளின் பின்னால் உந்துசக்தியாக இருப்பது ஃபத்லுல்லாவின் இந்த சித்தாந்தம்தான்.

சித்தாந்த ரீதியில் ஹிஸ்புல்லா போராளிகளையும் தலைவர்களையும் நெறிப்படுத்துவதுதான் ஃபத்லுல்லாவின் வேலை என்றாலும் சில முக்கியமான கூட்டணிகளை ஹிஸ்புல்லாவுக்கு உருவாக்கித் தந்ததில் அவரது பங்கு மிகப் பெரிது.

உதாரணமாக, ஜுந்த் அல்லா *(Jund Allah)*, ஹுசைன் தற்கொலைப் படை *(The Hussein Suicide Squade)*, அல் தாவா *(Al Dawa)*, இஸ்லாமிக் அமால் *(Islamic Amal)* போன்ற மத்தியக் கிழக்கின் பிற சிறு தீவிரவாத இயக்கங்களுடன் ஹிஸ்புல்லாவுக்கு நட்பையும் நெருக்கத்தையும் ஏற்படுத்தித் தந்தவர் இவரே.

தெற்கு லெபனானில் உள்ள இஸ்ரேலிய ஆக்கிரமிப்புகளை அகற்றுவதுதான் ஹிஸ்புல்லாவின் தலையாய நோக்கம் என்றாலும் ஃபத்லுல்லாவின் லட்சியம் பாலஸ்தீனையும் உள்ளடக்கியது. "என்னைப் பொறுத்தவரை பாலஸ்தீன் முழுவதுமே போர்க்களம்தான். அந்த நிலப்பரப்பில் கடைசி யூதன் உயிர்வாழும்வரை யுத்தம் தொடரத்தான் செய்யும். பாலஸ்தீன் போராளி இயக்கங்கள் அனைத்துக்கும் என் பரிபூரணமான ஆதரவு என் கடைசி மூச்சுவரை உண்டு' என்கிற அவரது பிரசித்தி பெற்ற பிரகடனத்தை இன்றுவரை பாலஸ்தீன் இயக்கங்கள் பெருமையுடன் திரும்பத்திரும்பச் சொல்லிவருகின்றன.

○

மேற்சொன்ன நான்கு பேர்தான் ஹிஸ்புல்லாவின் மூளையாகவும் இதயமாகவும் இருப்பவர்கள்.

இவர்கள் காட்டும் பாதையில்தான் ஹிஸ்புல்லா நடக்கிறது. இவர்கள் ஒவ்வொருவரையும் புரிந்து கொள்ள முடியுமானால், ஹிஸ்புல்லா என்கிற இயக்கத்தைப் புரிந்துகொள்வதில் சிரமம் இருக்காது.

ஹிஸ்புல்லாவின் செயல்பாடுகளைக் குறித்து விரிவாகப் பார்ப்பதற்கு முன்னால் அந்த இயக்கம் தோன்றி வளர்ந்து செயல்படும் லெபனானைக் குறித்துக் கொஞ்சம் தெரிந்துகொள்ள வேண்டியது அவசியம்.

சில தேசங்கள் எப்படியோ ஆதியிலிருந்தே பாவப்பட்ட பூமியாக இருக்க விதிக்கப்பட்டு விடுகின்றன. நதிகள் பாயும், வளங்கள் கொழிக்கும், கனிமங்கள் கிடைக்கும், தொழில் முன்னேற்றம் சுலபமாக நடக்கும் - எல்லாம் இருந்தும் நிம்மதி இருக்காது.

லெபனான் மட்டும் என்றில்லை. உலகப்போர் சமயத்தில் பிரிட்டன், பிரான்ஸ் அரசுகளால் கையகப் படுத்தப்பட்டு, அவற்றின் காலனியாகக் கொஞ்ச நாள், பின்னர் அந்த தேசங்கள் விடைபெற்றுப் போகும்போது செய்துவைக்கும் அரசியல் சூழ்ச்சிகளுக்கு பலியாடாகக் கொஞ்சநாள், எல்லாவற்றிலிருந்தும் மீளும்போது உள்நாட்டு யுத்தம் கொஞ்ச நாள், அப்புறம் அயல்நாட்டுத் தொல்லைகளில் மிச்சநாள் என்று எப்போதும் அவஸ்தைதான்.

இந்த வகையில் லெபனான் பட்ட கஷ்டங்களுக்கு இன்னொரு பரிமாணமும் உண்டு. மத ரீதியில் அந்த தேசத்தைத் துண்டாடி வைக்க பிரான்ஸ் மேற்கொண்ட முயற்சியின் விளைவுதான் லெபனானின் ஸ்திரத் தன்மையையும் பொருளாதார பலத்தையும் வெகுவாகக் குறைத்தது.

நியாயமாக ஒரு ஹிஸ்புல்லா அங்கே தோன்றியிருக்க வேண்டிய அவசியமே ஏற்பட்டிருக்காது. விதியும் பிரான்சும் சிரியாவும் இஸ்ரேலும் சேர்ந்து விளையாடியதன் நீட்சிதான் அது.

# 4

# லெபனான்: அரசியலும் அவலங்களும்

லெபனானை ஒரு பெரிய சைஸ் ஹோட்டலாக உருவகப்படுத்திப் பார்க்கமுடியுமென்றால், அங்கே உட்கார்ந்து சாப்பிட்ட அரசுகள் ஏராளம். சிரியா ரொம்பநாள் லெபனானை ஆண்டிருக்கிறது. ரோம சாம்ராஜ்ஜியம் பீமபுஷ்டியுடன் இருந்த காலத்தில் அவர்கள் கொஞ்சம் ஆண்டிருக்கிறார்கள். பைஸாண்டியர்கள், கிருத்தவர்கள், பிரெஞ்சுக்காரர்கள் என்று லெபனானை ஆண்டவர்களின் பட்டியல் மிக நீளமானது. சுமார் நாநூறு வருடங்கள் துருக்கிய ஒட்டாமான் பேரசின் ஆளுகையிலும் லெபனான் இருந்திருக்கிறது.

முதல் உலகப்போரின் இறுதியில் சிரியாவின் 'ஒரு பகுதியாக' லெபனானை பிரான்ஸ் அபகரித்திருந்தது. எப்படியும் என்றாவது ஒருநாள் விட்டுவிட்டுத்தான் போகப்போகிறோம், இருக்கிறபோது கொஞ்சம் விளையாடிப்பார்க்கலாமே என்று முடிவு செய்து,

சிரியாவை இனக்குழு ரீதியில் பல மாகாணங்களாகப் பிரித்தது பிரான்ஸ்.

இனக்குழுக்களிலேயே கிருத்தவ, இஸ்லாமியப் பிரிவுகள் அங்கே ஏராளம். ஆகவே, அதையும் கவனத்தில் கொண்டு, சிரியாவின் பகுதியாக அப்போதிருந்த லெபனானை ஒரு கிருத்தவக் காலனியாக ஆக்கத் திட்டமிட்டது பிரான்ஸ். சிரியா முழுவதும் சிதறிக்கிடந்த கிருத்தவர்களைத் திரட்டி லெபனானுக்கு அனுப்பினார்கள். பிரான்ஸிலிருந்தும் பிற ஐரோப்பிய நாடுகளிலிருந்தும் ஏராளமான கிருத்தவ மிஷனரிகள் அங்கே தருவிக்கப்பட்டன. திரும்பிய பக்கமெல்லாம் தேவாலயம், கிருத்தவப் பாடசாலைகள் என்று அடித்து தூள் கிளப்பிவிட்டார்கள்.

அப்படியும் லெபனானின் தெற்குப் பகுதியில் ஓரளவு அப்போதும் முஸ்லிம்கள் இருக்கவே செய்தார்கள். பெரும்பாலும் ஷியா முஸ்லிம்கள். கொஞ்சம் சன்னி முஸ்லிம்கள். இந்த முஸ்லிம்கள் அப்போது மைனாரிடிகள்தான் என்பதை நினைவில் கொள்ள வேண்டும். லெபனான் என்றால் கிருத்தவர்கள் அதிகமுள்ள இடம் என்பதுதான் முதல் உலகப்போர் காலகட்டத்து நிலைமை.

ஆனால் நாற்பதுகளின் தொடக்க ஆண்டுகளில் ஐரோப்பாவைப் பிடித்த அரசியல் சனி உச்சமடையத் தொடங்கியது. ஜெர்மனியின் எழுச்சியில் பல ஐரோப்பிய நாடுகள் குத்துயிரும் குலையுயிருமாகப் போயின. எங்கு பார்த்தாலும் ஜெர்மனுக்கு வெற்றி. ஹிட்லர், ஹிட்லர் என்று ஒரே ஒரு ஆசாமியைப் பற்றித்தான் உலகம் முழுக்கப் பேசியது.

1943ம் ஆண்டு ஜெர்மனி பிரான்ஸை வெற்றி கொண்டது. ஆகவே பிரெஞ்சுக் காலனிகளில் சிலவற்றுக்கு விடுதலை அடையும் வாய்ப்பு கிடைத்தது. அவற்றுள் லெபனானும் ஒன்று. 43ம் ஆண்டு தொடங்கி, கொஞ்சம் கொஞ்சமாக லெபனானில் இருந்த பிரெஞ்சுப் படைகள் விலக ஆரம்பித்தன.

அப்படியும் பிரான்ஸ் தன் முத்திரையைப் பதிக்காமல் போகவில்லை. லெபனான் ஒரு சுதந்தர நாடானாலும் அதன் அதிபர் ஒரு கிருத்தவராகவும் பிரதமர் முஸ்லிமாகவும் இருக்க வேண்டும் என்று ஏற்பாடு செய்துவிட்டுப் போய்விட்டார்கள்.

லெபனானைப் பொறுத்தவரை முஸ்லிம்கள் அங்கே மண்ணின் மைந்தர்கள். கிருத்தவர்கள், கொண்டுவந்து குடியமர்த்தப்பட்டவர்கள். என்னதான் கிருத்தவர்களின் எண்ணிக்கை அதிகமாக இருந்தாலும் இந்த ஏற்பாட்டை முஸ்லிம்களால் முழு மனத்துடன் ஏற்கமுடியவில்லை. உரசல் என்பது அந்தக் கணத்திலேயே ஆரம்பமாகிவிட்டது.

அடிக்கடி அரசுகள் மாறுவது, ஆங்காங்கே கலவரம், அடிதடி, கடையடைப்பு என்பது தினசரி நடவடிக்கைகளுள் ஒன்றாகிப்போனது.

இந்த நிலைமையில், 1947ம் ஆண்டு நாமெல்லாம் சுதந்தர சந்தோஷத்தில் திளைத்துக்கொண்டிருந்த தருணத்தில் ஒட்டுமொத்த மத்தியக்கிழக்கும் பயத்திலும் பதற்றத்திலும் சிக்கி உழன்று கொண்டிருந்தது. எப்படியும் மிகக்கொஞ்ச காலத்துக்குள் பாலஸ்தீன் பிளக்கப்பட்டு இஸ்ரேல் என்கிற தேசம் அங்கே உருவாகிவிடும் என்கிற சூழ்நிலை. பெரும்பாலான மேற்கத்திய

நாடுகள் இஸ்ரேலுக்கு ஆதரவாக அணி திரண்டு நிற்க, மத்தியக் கிழக்கு முஸ்லிம் தேசங்களின் கூட்டமைப்பான அரேபிய லீக் *(Arab league)* ஏதாவது செய்யவேண்டும், ஆனால் என்ன செய்வதென்று புரியாத சூழலில் அடிக்கடிக் கூடிப்பேசிக் கவலைப்பட்டுக்கொண்டிருந்தது.

அப்போது லெபனானின் பிரதமராக இருந்த ரியாத் சோல் *(Riad solh)* அத்தனை அரேபிய தேச அரசுகளிடமும் எப்படியாவது பாலஸ்தீன் துண்டாடப்படுவதைத் தடுக்கவேண்டும் என்று வற்புறுத்திக்கொண்டிருந்தார். தேச அடையாளங்களைத் தாண்டிய ஒரு பொதுவான அரேபிய அடையாளத்துடன் இஸ்ரேலுக்கு எதிரான ஒரு பெரும்படையைத் திரட்டவேண்டும் என்பது அவரது கனவு. அரேபிய விடுதலைப் படை *(Arab Liberation Army)* மே 15, 1948 அன்று உருவானபோது அதற்குத் தம் முழு ஆதரவையும் அவர் தெரிவித்தார்.

ரோஷ் ஹனிக்ரா *(Rosh Hanikra)* என்கிற இஸ்ரேல் - சிரியா எல்லைப்பகுதி கிராமம் வழியாக முதல் முதலில் இந்த அரேபிய விடுதலைப் படை இஸ்ரேலுக்குள் ஊடுருவியது. மாபெரும் யுத்தம்; இறுதியில் வெற்றி என்று கனவு கண்டுகொண்டிருந்த லெபனான் பிரதமருக்கு ஊடுருவல் நடந்த மிகச் சில தினங்களிலேயே நிலவரம் புரிந்துவிட்டது. தமது படை பெரிய அளவில் அல்ல; மிகச்சிறிய அளவில் கூட இஸ்ரேலைச் சலனப்படுத்தாது என்கிற உண்மையை அவரும் பிற அரேபியத் தலைவர்களும் உணர்ந்த நேரத்தில், இஸ்ரேல் மிக உக்கிரமாக லெபனான், சிரியா, ஜோர்டன், எகிப்து என்று தாக்க வந்த அத்தனை பேரையும் பின்னி, பெடலெடுத்துக்கொண்டிருந்தது.

*31* அக்டோபர் *1948* அன்று அரேபிய விடுதலைப்படை மிக மோசமான தோல்வியைச் சந்தித்தது. இதற்குமேல் ஒன்றும் செய்யமுடியாது என்கிற நிலைமை. எஞ்சியிருந்தவர்கள் உயிரைக் காப்பாற்றிக்கொள்ள லெபனானுக்குள் ஓடிவந்துவிட்டார்கள். தொடர்ந்து அமைதிப் பேச்சுகள், ஒப்பந்தம் இத்தியாதி.

லெபனானிலிருந்து இஸ்ரேல் தன் படைகளை வாபஸ் பெற்றுக்கொண்டது. *1967* வரை பெரிதாக எந்தப் பிரச்னையும் இல்லாமல் உள்ளுக்குள் மட்டும் பகைக்கனல் வளர்த்துக் கொண்டிருந்தார்கள்.

மறுபடியும் ஆறுநாள் யுத்தம், அடிதடி, அமைதி. எப்போது இஸ்ரேல் என்கிற தேசம் உருவானதோ, அன்றிலிருந்து இன்றுவரை அந்தப் பிராந்தியத்தில் இதுதான் தொடர்ந்துகொண்டிருக்கிறது. சக்தி மிகும்போது யுத்தம். வலி மிகும் நேரத்தில் அமைதி. நிரந்தர அமைதி என்பது மட்டும் கண்டிப்பாகக் கிடையாது.

**சிவில் யுத்தம் : உள்ளுக்குள் உரிமைப்போர்**

லெபனான் வாழ் கிருத்தவர்களுக்கும் முஸ்லிம்களுக்கும் இடையிலான யுத்தமாக ஆரம்பித்தபோது அதை உள்நாட்டு யுத்தம் என்று சொல்லமுடிந்தது. ஆனால் ஆரம்பித்து வெகு சீக்கிரத்திலேயே இந்த யுத்தத்தில் சிரியா, இஸ்ரேல், பாலஸ்தீன் விடுதலை முன்னணி (பி.எல்.ஓ) என்று பல வெளி கைகள் பங்குபெற வந்துவிட்டதில், உள்நாட்டு யுத்தத்துக்கு இறக்கை முளைத்துவிட்டது.

எழுபதுகளின் தொடக்கத்திலிருந்தே லெபனானில் கிருத்தவ, இஸ்லாமிய மோதல்கள் கொஞ்சம் தீவிரமாகத்தான் இருந்தது. ஏற்கெனவே *1958*ல்

ஒருமுறை இம்மாதிரியான மோதல் ஆரம்பித்து உள்நாட்டு யுத்தமாக உருப்பெற்று - நல்லவேளையாக அடங்கிப்போனது. அடங்கிப்போனாலும் அணைந்து போகாத நெருப்பாக மீண்டும் *1975*ம் ஆண்டுவாக்கில் அது உயிர் பெற்றபோதுதான் லெபனான் திண்டாடித் தெருவுக்கு வந்துவிட்டது.

பிரச்னை என்னவென்றால், லெபனானில் அப்போது கிருத்தவ ஆட்சி நடந்துகொண்டிருந்தது. இது அரசியல் சாசனப்படி அமைந்த ஏற்பாடு. இந்தக் கிருத்தவ அரசுக்கு முஸ்லிம்களாலும் மதச்சார்பற்ற இடதுசாரி இயக்கங்கள் சிலவற்றாலும் எப்போதும் நெருக்கடி இருந்துகொண்டே இருக்கும்.

இந்த லெபனான் முஸ்லிம்களும் இடதுசாரிகளும் அறுபதுகளில் கைகோத்துக்கொண்டு 'லெபனான் தேசிய இயக்கம்' என்று ஓர் அமைப்பை ஆரம்பித்தார்கள். இந்த இயக்கம் ஆரம்பிக்கப் பட்டதற்கு ஒரே காரணம்தான்! தேசிய அளவில் மக்கள்தொகைக் கணக்கெடுப்பு நடத்தவேண்டும். அவ்வளவே.

லெபனானில் அதற்கு *(1969)* முன்பு கடைசியாக மக்கள் தொகை கணக்கெடுப்பு எடுக்கப்பட்டது, *1932*ம் ஆண்டு. அதன்பின் அந்தமாதிரி காரியம் எதுவும் அங்கே நடக்கவில்லை.

முஸ்லிம்களும் இடதுசாரிகளும் இதனை வலியுறுத்தியதன் காரணம், மிக எளிமையாகப் புரியக்கூடியது. *1932*ல் அங்கே கிருத்தவர்கள் கொஞ்சம் அதிகமாக இருந்தது உண்மைதான். ஆனால் அடுத்த முப்பது, முப்பத்தைந்து வருடங்களில் அங்கே முஸ்லிம்கள்தான் மெஜாரிடிகளாக இருந்தார்கள்.

என்னதான் 'மத்தியக் கிழக்கின் ஸ்விட்சர்லாந்து' என்றும் 'அரபு தேசங்களின் நடுவே ஒரு பிரெஞ்சுப் பூ' என்றும் லெபனான் வருணிக்கப்பட்டாலும் பிரான்ஸ் விடைபெற்றபோதிலிருந்தே அங்கிருந்த கிருத்தவர்கள் பலர் மெல்ல மெல்ல வெளியேறத் தொடங்கிவிட்டார்கள்.

ஒரு முப்பதாண்டுகால இடைவெளியில் அங்கே கிருத்தவர்களின் எண்ணிக்கை கணிசமாகக் குறைந்துவிட்டது என்பது உண்மை. ஆனால் மீண்டும் ஒரு கணக்கெடுப்பு என்று நடத்தப்பட்டால் இந்த உண்மை அதிகாரபூர்வமாக அறிவிக்கப்பட வேண்டிய தாகும். அப்புறம் அங்கே கிருத்தவ அரசாங்கம் இயங்கமுடியாது. மெஜாரிடி முஸ்லிம்களிடம் ஆட்சியைக் கொடுத்துவிட வேண்டியிருக்கும்.

இந்தக் காரணத்தால்தான் அப்போதைய லெபனான் அரசு, இந்தக் கணக்கெடுப்புக் கோரிக்கைக்குக் காதுகொடுக்காமல் இருந்துவந்தது. இதே காரணத்தினால்தான் லெபனான் முஸ்லிம்கள் கோபம் கொண்டு, கிருத்தவர்களைத் தாக்க ஆரம்பித்தார்கள்.

தாக்குதல் - தற்காப்பு - பதில் தாக்குதல். இதுதான் யுத்தத்தின் மூன்று படிகள்.

லெபனான் முஸ்லிம்கள் தாக்கத் தொடங்கியபோது, அதிலிருந்து தங்களைக் காத்துக்கொள்வதற்காக கிருத்தவர்கள் சில தனி ராணுவ அமைப்புகளை ஏற்படுத்த முயற்சி செய்தார்கள். அரசாங்கம் தரும் பாதுகாப்பின்மீது அவர்களுக்குக் கொஞ்சம் அவநம்பிக்கை இருந்தது. தவிரவும், முஸ்லிம்கள் தாக்கத் தொடங்கினால் அவர்களுக்கு உதவி செய்ய அக்கம்பக்கத்து நாடுகளைச் சேர்ந்த முஸ்லிம்களும் வருவார்கள். ஆகவே தங்கள் பாதுகாப்புக்கு

அதிகாரபூர்வ ராணுவம் தவிரவும் சில தனியார் ராணுவங்கள் வேண்டும் என்று லெபனான் கிருத்தவர்கள் நினைத்தார்கள்.

கொஞ்சம் அதீதமான பயம்தான் இது. ஆனாலும் அந்த முதல் செங்கல்லை எடுத்துவைத்தவர்கள் அவர்கள்தாம்.

கிருத்தவர்களுக்காகப் போரிட சில இயக்கங்கள் தயாராகின்றன என்று தெரிந்ததுமே, முஸ்லிம்களும் தமக்குள் சில ராணுவ அமைப்புகளை உருவாக்க மும்முரமானார்கள். 'தற்காப்புக்கு' என்று சொல்லப்பட்டாலும், இத்தகைய இயக்கங்கள் உருவான வேகத்திலேயே யுத்தம் தீவிரமடையத் தொடங்கிவிட்டது.

மறுபக்கம் லெபனானின் அதிகாரபூர்வ ராணுவத்திலும் குழப்பங்கள் வலுவடைய ஆரம்பித்தன. உலகத்திலேயே மிகச் சிறிய ராணுவம் அவர்களுடையது. இட ஒதுக்கீட்டுக் கொள்கைகளின் அடிப்படையில் கிருத்தவர்களுக்கு இத்தனை சதவீதம், முஸ்லிம்களுக்கு இத்தனை சதவீதம், மற்றவர்களுக்கு இத்தனை என்று ராணுவமே அங்கே பல துண்டுக் குழுக்களின் சேர்க்கையாகத்தான் இருந்தது.

எப்போது கிருத்தவர்களுக்கும் முஸ்லிம்களுக்கும் தகராறு என்று ஆரம்பித்ததோ, அப்போதே லெபனான் அரசின் ராணுவத்திலும் இந்தச் சண்டை பரவிவிட்டது. ராணுவ அமைப்பைக் கலகலக்கச் செய்யும் விதமாக, அங்கே முஸ்லிம்களின் எண்ணிக்கையை அதிகரிக்கக் கோரி அங்கிருந்த முஸ்லிம்கள் போர்க்கொடி உயர்த்தினார்கள். எங்காவது கலவரம் என்று சமாளிக்க அனுப்பப்பட்டால், ராணுவ முஸ்லிம்கள் சமர்த்தாகக் கைகட்டிக்கொண்டு உட்கார்ந்துவிடுவார்கள். அல்லது வீட்டுக்குப் போய்விடுவார்கள்.

இன்னொரு பக்கம், லெபனான் ராணுவத்திலிருந்து பல முஸ்லிம்கள் தாமாகவே முன்வந்து விலகி பி.எல். ஓவிலும் அப்போது சேர ஆரம்பித்திருந் தார்கள். அப்படி பி.எல்.ஓவில் சேரவரும் லெபனானியர்கள், லெபனானிலேயே போர்ப்பயிற்சி பெற்று, உள்நாட்டிலேயே பணியாற்றலாம் என்றும் சொல்லப்பட்டது. மனச்சாட்சிக்கு விரோதமாக ஒரு கிருத்தவ அரசின் ராணுவத்தில் பணியாற்றிக் கொண்டிருப்பதைவிட, தம் விருப்பத்துக்கு மதிப்புக் கொடுத்து உரிமைக்காகப் போராடலாம் என்று பலபேர் விலகத் தொடங்கினார்கள்.

அப்படி விலகிய ஆள்களின் இடத்தில் கிருத்தவ வீரர்களை நியமிக்க அரசு முயற்சி செய்தது. அது அரசியல் சட்டத்துக்கு விரோதமானது என்று சொல்லி, அதற்காகவும் கொஞ்சம் குண்டுவெடித்தார்கள். ஒரு வழி பண்ணிவிடுவது என்று முடிவு செய்துவிட்ட பிறகு என்னதான் செய்யத் தோன்றாது? முஸ்லிம்கள் மெஜாரிடியாக உள்ள தேசத்தில் முஸ்லிம்கள் ஆட்சியமைப்பதுதான் சரி என்பதுதான் அவர்களின் கருத்து. ஆகவே, தங்கள் லட்சியம் நிறைவேறுவதற்காக என்ன செய்யவும் தயாரானதில் வியப்பில்லை.

யுத்தம் தீவிரமடைந்தது. தினமும் பல் தேய்த்து முடித்ததும் குண்டு வீச ஆரம்பித்துவிடுவார்கள். அலுவலகங்கள், கடைவீதிகள், பள்ளிக்கூடங்கள், தேவாலயங்கள், ராணுவ முகாம்கள், குடியிருப்புப் பகுதிகள் என்று வாரம் முழுவதற்கும் டைம் டேபிள் போட்டுவைத்துக்கொண்டு தாக்கினார்கள்.

கிருத்தவ இயக்கங்களின் பதில் தாக்குதல் பெரும்பாலும் மசூதிகளின் மீது இருந்தது.

தவிரவும் முஸ்லிம் தலைவர்களைத் தேடித்தேடிக் கொல்வது என்பதையும் அவர்கள் கொள்கையாக வைத்திருந்தார்கள்.

ஒவ்வொரு நாளும் போருக்காகப் புதிது புதிதாக ஆள் சேர்க்கும் நடவடிக்கைகள் இருபுறத்திலும் நடந்தது. திறமை இருக்கிறதா என்பது முக்கியமில்லை. விருப்பம் இருந்தால் போதும். உடனே ஒரு துப்பாக்கி அல்லது கத்தியைக் கொடுத்துவிடுவார்கள். யாராவது ஒருத்தரைக் கொன்றுவிட்டால் வீரன் என்று சொல்லிவிடுவார்கள். ஓரிடத்தைத் தீவைத்து அழித்தால் இயக்கத்தில் உடனே ஒரு பதவி கிடைக்கும். நாலைந்து கலவரங்களை வெற்றிகரமாக நடத்தி முடித்தால் அவர் ஒரு கமாண்டர்.

ஒவ்வொரு இயக்கத்திலும் குறைந்தது இருபது, முப்பது கமாண்டர்கள் இருந்தார்கள். எந்த விதமான லாஜிக்கும் இல்லாமல் பதவிகள் அள்ளி வீசப்பட்டன. இதில் உற்சாகம் பெற்ற பல லெபனான் இளைஞர்கள் எதற்காகப் போரிடுகிறோம் என்றே தெரியாமல் இயக்கங்களில் சேர்ந்து சண்டையிடப் போனார்கள்.

இரு தரப்பு மக்களும் தங்களுக்குப் பாதுகாப்புக்காகவென உருவாக்கிய இந்தத் தனியார் ராணுவங்கள் ஒரு கட்டத்தில் தம் மக்களிடமே தண்டல் வசூலிக்க ஆரம்பித்தன. தர மறுத்தவர்களைப் போட்டுத் தள்ளினார்கள். அப்படி சேம் சைட் கோல் அடிக்கிறபோதெல்லாம் 'கொன்றது அவர்கள்' என்று பழியைத் தூக்கி எதிர்த்தரப்பில் போட்டுவிட்டு, அதற்குப் பழிவாங்குவதாகச் சொல்லி மேலும் கொலை, கொள்ளை, தீவைப்புகளில் ஈடுபட்டார்கள்.

லெபனான் முஸ்லிம் இயக்கங்களுக்குக் கொஞ்சம் கொஞ்சமாக வெளிநாடுகளிலிருந்து நிதி

உதவிகளும் ஆயுத உதவிகளும் வர ஆரம்பித்தன. பல மத்தியக் கிழக்கு தேசங்கள் இந்த இயக்கங்களை வெளிப்படையாகவே ஆதரித்தன. ஆனால், இயக்கம் என்கிற பெயரில் இருந்தாலும் உள்ளே இருப்பவர்கள் பெரும்பாலும் அரை பிளேடுகளாக இருந்தபடியால் பல சந்தர்ப்பங்களில் மிகவும் அபத்தமான திருட்டுச் சம்பவங்களில் ஈடுபட்டு, ஒருவாரம், பத்துநாள் சிறைத் தண்டனையில் எல்லாம் மாட்டினார்கள்.

இதனால், இவர்களைப் பெரிய போராளிகள் என்று நினைத்து உதவ வந்த மத்தியக் கிழக்கு நாடுகள் அடிக்கடி தம் ஆதரவை வாபஸ் பெறுவதும், வேறு இயக்கங்களுக்கு ஆதரவு தெரிவிப்பதும், மீண்டும் வாபஸ் பெறுவதுமாக இருந்தன.

எப்படி முஸ்லிம்களுக்கு மத்தியக் கிழக்கு தேசங்கள் உதவி செய்தனவோ, அதே மாதிரி லெபனான் கிருத்தவ இயக்கங்களுக்குச் சில ஐரோப்பிய தேசங்களும் சிரியாவில் இருந்த சில கிருத்தவ அமைப்புகளும் உதவிகள் செய்தன.

ஒரு கட்டத்தில் இந்த வெளி உதவிகள் தொடர்ந்து வராது என்பது தெரியவர, யுத்தத்தைத் தொடர்வதற்காக இந்த இயக்கங்கள் மிகத் தீவிரமான போதைக்கடத்தல் நடவடிக்கையில் ஈடுபட ஆரம்பித்துவிட்டன.

லெபனானின் மிகக் கொடுமையான காலகட்டம் அது. பேக்கா பள்ளத்தாக்குப் பகுதியில் இந்த இயக்கங்களைச் சேர்ந்தவர்கள் ரகசியமாக ஹஷீஷ் *(Hashish)* என்னும் போதைப் பொருளைப் பயிரிட்டு வளர்த்து விற்க ஆரம்பித்தார்கள். ஒருவகைப் பூவிலிருந்தும் அந்தச் செடியின் இலையிலிருந்தும் உருவாக்கப்படும் இந்த போதைப் பொருள்

முதல் முதலில் ரஷ்யக் கூட்டமைப்பைச் சேர்ந்த மத்திய ஆசிய நாடுகளில் பயிரிடப்பட்டது. பிறகு ஆப்கனிஸ்தானில் நல்ல விளைச்சல் கண்டது.

லெபனானின் காலநிலையும் நீர்வளமும் மலைவளமும் மண் வளமும் பற்றிச் சொல்லவே வேண்டாம். மண்ணில் என்ன போட்டாலும் விளையும். ஆகவே இந்த போதைப் பொருள் உற்பத்தியில் மிகக் குறுகிய காலத்தில் லெபனான் உலகின் முன்னணி தேசமாகப் 'பெயர்' பெற்றுவிட்டது.

இதன் தொடர்ச்சியாகப் பல போதைக் கடத்தல் மன்னர்கள் அங்கே உருவானார்கள். மத்திய தரைக்கடல் பகுதியை ஒட்டிய லெபனானின் கிழக்கு எல்லை முழுவதும் அவர்களது கட்டுப்பாட்டுக்குள் வந்தது. போதை மூட்டைகளை ஏற்றும் கப்பல் மற்றும் படகுகளைக் கடத்துவது அதிகரிக்க, அதன் தொடர்பாகவும் உக்கிரமான சண்டைகள் தினசரி நடைபெற ஆரம்பித்தன.

இவற்றுள் எது ஒன்றையுமே தடுக்க வக்கில்லாத அரசு, நிரந்தரமாகக் கையைப் பிசைந்துகொண்டிருந்தது. ஒரு வகையில் அன்றைய லெபனான் அரசு திருதராஷ்டிர மனோபாவத்தில் இருந்தது என்பதையும் சொல்லவேண்டும்.

கலவரங்களைத் தடுக்கும் முயற்சியில் அரசு மிகுந்த பாரபட்சம் காட்டிக்கொண்டிருந்தது. கிருத்தவ இயக்கங்கள் தாக்குதல் நடத்தும்போதெல்லாம் காவல் துறையினர் லீவில் போய்விடுவார்கள். ராணுவம், எங்கோ கண்காணாத மலை முகட்டில் பயிற்சி செய்ய அனுப்பப்பட்டுவிடும்.

இதுவே முஸ்லிம் இயக்கங்கள் தாக்குதலில் ஈடுபடும்போதெல்லாம் மொத்தமாக ராணுவம் கொண்டுவந்து குவிக்கப்பட்டு நிறுத்தாமல் பல ரவுண்டுகள் சுடப்படும்.

மனித உரிமைகள் முழுவதுமாக லெபனானில் மீறப்பட்ட காலம் அது. போருக்குச் சம்பந்தமில்லாத சாதாரண மக்களைக் குறிவைத்தே இரு தரப்பினரும் அதிகம் தாக்கினார்கள். பல்லாயிரக்கணக்கான மக்கள் அகதிகளாக அங்கும் இங்கும் ஓடிக் கொண்டிருந்தார்கள். உணவுக்கு வழியில்லாமல், ஒதுங்க இடமில்லாமல் அடைக்கலம் தேடி சிரியாவுக்குப் போனார்கள். கொஞ்சம் பேர் சைப்ரஸ் தீவுகளுக்கு இடம் பெயர்ந்தார்கள். சிலர் ஈராக்குக்குச் சென்றார்கள்.

**விடமுடியாத விருந்தாளிகள்:**

இது ஒரு பக்கம் இருக்க, அதுநாள் வரை ஜோர்டனில் அகதிகளாக வாழ்ந்துகொண்டிருந்த லட்சக்கணக்கான பாலஸ்தீனியர்களும் பாலஸ்தீன் விடுதலை இயக்கங்களின் கூட்டமைப்பினரும் திடீரென்று அங்கிருந்து புறப்பட்டு லெபனானுக்கு வரவேண்டிய நெருக்கடி ஒன்று உண்டானது.

ஜோர்டன் சரித்திரத்தில் 'கறுப்பு செப்டெம்பர்' என்று வருணிக்கப்படும், 1970ம் வருடத்து செப்டெம்பர் மாத நிகழ்வுகளின் விளைவு அது.

1967ம் ஆண்டு நடைபெற்ற இஸ்ரேல் - அரபு யுத்தத்தின் ஓரங்கமான 'ஆறு நாள் யுத்த'த்துக்குப் பிறகு பி.எல்.ஓ., ஜோர்டனில் இருந்துதான் செயல்பட்டுக் கொண்டிருந்தது. கிட்டத்தட்ட ஒரு தனி அரசாங்கமே நடத்திக்கொண்டிருந்தார் யாசிர் அரஃபாத்.

ஜோர்டன் எல்லைப் பகுதிகளில் வசித்து வந்தவர்களுக்கு பி.எல்.ஓ.தான் போலீஸ். யூனிஃபார்மெல்லாம் போட்டுக்கொண்டு, ஆயுதங்களுடன் ரைட் ராயலாகப் பரேடு நடத்துவார்கள். வரி வசூலிப்பார்கள். போர்ப்பயிற்சிகள் நடக்கும். ராணுவத்துக்கு ஆள் சேர்ப்பார்கள். எல்லாம் செய்வார்கள்.

ஜோர்டன் மன்னர் ஹுசைனுக்கு இதெல்லாம் தெரியாதா என்றால், கண்டிப்பாகத் தெரியும். போனால் போகிறார்கள் என்று சகோதர பாசத்துடன் அனுமதித்துக்கொண்டிருந்தார்.

ஆனால் ஒரு கட்டத்தில் ஜோர்டனுக்குள்ளேயே பி.எல்.ஓ ஒரு குட்டி அரசாங்கம் நடத்துமளவுக்கு நிலைமை முற்றப்போக, ஜோர்டன் மன்னருக்கு அமெரிக்காவிடமிருந்தும் பிற அமெரிக்கக் கூட்டணி தேசங்களிடமிருந்தும் எச்சரிக்கை வந்தன. இஸ்ரேலுக்கு எதிரான நடவடிக்கையாக அது சுட்டிக்காட்டப்பட்டது. கொஞ்சம் அடக்கி வாசிக்காவிட்டால் ஏதாவது அசம்பாவிதம் நடக்கலாம் என்று மன்னரை அமெரிக்காவுக்குக் கூப்பிட்டுக் கொஞ்சம் மிரட்டி அனுப்பினார், அப்போதைய அமெரிக்க அதிபர் நிக்ஸன்.

மன்னர் ஹுஸைனுக்கு பயம் வந்துவிட்டது. ஒரு போர், புரட்சி என்று ஏதாவது வந்தால் முதலில் பலியிடப்படுவது முடியாட்சிதான். பாலஸ்தீன் போராளி இயக்கங்களுக்கு உதவப் போய், எங்கே தன்னுடைய ஆட்சியே காலியாகிவிடுமோ என்கிற அச்சத்தில், ஊருக்குத் திரும்பி வந்ததும் அவர் பி.எல். ஓவுக்குச் சில நிபந்தனைகளை விதித்தார். மொத்தம் பத்துக் கட்டளைகள்.

அவ்வளவுதான். பி.எல்.ஓவுக்குக் கோபம் வந்துவிட்டது. பிப்ரவரி மாதம் *11*ம் தேதி பி.எல்.ஓவினர் வெளிப்படையாக ஜோர்டன் காவல்படையினருடன் மோத ஆரம்பித்தார்கள். ஜோர்டனின் தலைநகரமான அம்மான் நகரத்தின் பிரதான வீதிகளிலேயே இந்தச் சண்டை ஆரம்பமானது.

ஒரே நாளில் முன்னூற்றைம்பது பேர் இறந்துபோனார்கள்.

மன்னருக்குக் கோபம் பீறிட்டது. பி.எல்.ஓவின் மீது இன்னும் பல தடைகளை விதிக்க ஆரம்பித்தார். அவர்கள் ராணுவ உடை தரித்து சாலையில் நடமாடக் கூடாது. ஆயுதம் ஏந்தித் திரியக்கூடாது. வரி வசூலிக்கக் கூடாது. பயிற்சி முகாம்களின் எண்ணிக்கையைக் குறைக்கவேண்டும் என்று சாதுவாக ஆரம்பித்த அந்தக் கட்டளைகள் ஒருவகையில் பி.எல்.ஓவை அரசியல் சன்னியாசம் வாங்கிக்கொண்டு காஷாயம் கட்டிக் கொள்ளச் சொல்லக்கூடியவையாக உருமாறின.

யாசிர் அரஃபாத் பொறுமை இழந்தார். பி.எல்.ஓ.வில் உறுப்பினர்களாக இருந்த அத்தனை இயக்கங்களும் கோபம் கொண்டன.

அந்த ஆண்டு செப்டெம்பர் முதல் தேதி மன்னர் ஹுஸைனைக் கொல்வதற்கு ஏகப்பட்ட முயற்சி களை மேற்கொண்டார்கள். ஒன்றும் தேறவில்லை. கடுப்பான இயக்கங்களுள் ஒன்றான *PFLP (Popular Front for the Liberation of Palastine),* ஆறாம் தேதி அதிரடியாக மூன்று விமானங்களைக் கடத்திவிட்டது. மூன்று நாள் இடைவெளி விட்டு இன்னொரு பிரிட்டிஷ் ஏர்வேஸ் விமானத்தையும் கடத்தி, பயணிகளைப் பிணைக்கைதிகளாக வைத்தார்கள்.

“இஸ்ரேலுக்குத் தொடர்ந்து ஆதரவு அளித்துவரும் அமெரிக்காவுக்கு இது ஒரு எச்சரிக்கை' என்று அறிவித்துவிட்டு, சர்வதேச மீடியா முழுவதையும் வெற்றிலை பாக்கு வைத்து அம்மானுக்கு வர வழைத்தார்கள். சுமார் இருபது டிவி கேமராக்கள் படம்பிடித்துக் கொண்டிருக்க, பயணிகளை இறக்கி விட்டு, விமானத்தை வெடி வைத்துத் தகர்த்தார்கள்.

வெலவெலத்துப் போய்விட்டார் மன்னர் ஹுஸைன். இந்தளவு பயங்கரத்தை அவர் எதிர்பார்த்திருக்க வில்லையாதலால், பாலஸ்தீன இயக்கங்களையும் பாலஸ்தீன அகதிகளையும் உடனடியாக ஜோர்டனிலிருந்து கிளப்புவதற்கான வேலைகளை முடுக்கிவிட்டார்.

அதி பயங்கரமான சண்டை, ஏகப்பட்ட படுகொலை கள், தீவைப்புச் சம்பவங்களின் இறுதியில் ஜோர்டனில் இனி வசிக்க முடியாது என்று பி.எல். ஓவையும் அகதி மக்களையும் கிளப்பிக்கொண்டு லெபனானுக்கு வந்து சேர்ந்தார் யாசிர் அரஃபாத்.

லெபனான் அப்போது உள்நாட்டுப் போரில் மும்முரமாக இருந்தாலும் லெபனானிய முஸ்லிம்கள் தங்கள்பாலஸ்தீன்சகோதரர்களைக்கைவிடத்தயாராக இல்லை. அவர்களை அப்படியே அரவணைத்து, தெற்கு லெபனானில் தங்கவைத்தார்கள். பாலஸ்தீன் இயக்கங்கள் அங்கே உள்ள காடுகளில் முகாம் அமைத்துப் பயிற்சிகளை ஆரம்பிக்க, லெபனான் முஸ்லிம் இயக்கங்களும் அங்கே பாடம் படிக்கத் தொடங்கின.

முன்னதாக 1969லேயே, இப்படி பாலஸ்தீன் போராளி இயக்கங்கள் லெபனானுக்கு வந்து தங்குவதற்கான முன்னேற்பாடுகள் நடந்துவிட்டன என்று ஒரு

வதந்தி உண்டு. எகிப்து அதிபர் நாசர் ஏற்பாட்டில் கெய்ரோவில் லெபனானுக்கும் பாலஸ்தீன் விடுதலை இயக்கத்துக்கும் இடையே ஓர் ஒப்பந்தம் நடந்ததாகவும் அதன்படிதான் எழுபதுகளின் தொடக்கத்தில் ஜோர்டனிலிருந்து பாலஸ்தீனியர்கள் லெபனானுக்கு வந்துசேர்வதில் பிரச்னை ஏதுமில்லாமல் இருந்தது என்றும் ஒரு கருத்து உண்டு.

அந்த கெய்ரோ ஒப்பந்தம் என்பது அதிகாரபூர் வமானதல்ல. ரகசியமாக நடந்த ஒப்பந்தத் திருவிழா என்றுதான் இன்றுவரை சரித்திரப் புத்தகங்கள் சொல்கின்றன. ஆதாரபூர்வமான, எழுத்துமூலமான ஆவணங்கள் ஏதும் அதற்குக் கிடையாது.

**அதர்மசங்கடம்:**

லெபனானுக்கு வந்து சேர்ந்த யாசிர் அரஃபாத்துக்கு முதலில் அங்கே நடக்கிற சண்டையின் வேர் பிடிபடவில்லை. மிகச் சாதாரண விஷயத்தைப் பெரிதுபடுத்துகிறார்கள் என்றுதான் நினைத்தார். அரஃபாத்தின் நேரடித் தலைமையின் கீழ் இயங்கிய அல் ஃபத்தா, மற்றும் அதன் கெரில்லா போராளிப் பிரிவு ஆகிய இரு அமைப்புகளும் லெபனான் யுத்தத்தில் யாரையும் ஆதரிக்க வேண்டாம் என்றே கருத்துத் தெரிவித்தன. முஸ்லிம்களை ஆதரிப்பதாக ஒரு நிலைபாட்டை எடுத்தாலும் ஷியா முஸ்லிம்களையா, சன்னி முஸ்லிம்களையா என்கிற பிரச்னை வரும். லெபனானில் ஷியாக்கள் அதிகம். சன்னிகளும் ஓரளவு கணிசமாகவே இருந்தார்கள்.

யாசிர் அரஃபாத்தும் அவரது படையினரும் சன்னிகளாக இருந்தாலும், லெபனானைப் பொறுத்த வரை அவர்களுக்கு அடைக்கலம் தந்திருப்பது ஷியாக்கள்தான். ஷியாக்கள், கிருத்தவர்களுடன்

சமரசமாகப் போனாலும் போவார்களே தவிர, லெபனானைப் பொறுத்தவரை ஒருபோதும் அவர்கள் சன்னிகளுடன் ஒத்துப்போகவே மாட்டார்கள்.

இதையெல்லாம் யோசித்துத்தான் யாசிர் அரஃபாத், லெபனான் உள்நாட்டு யுத்த விஷயத்தில் முதலில் சிலகாலம் தலையிடாமல் இருந்தார். ஆனால் பி.எல்.ஓவில் உறுப்பினர்களாக இருந்த வேறு சில பாலஸ்தீன் போராளி இயக்கங்கள், இந்த விஷயத்தில் மிகவும் தீவிரமாக இருந்தன. நமக்கு அடைக்கலம் கொடுத்தவர்களுக்கு நாம் உதவித்தான் ஆகவேண்டும் என்று *PFLP, DFLP* போன்ற இடதுசாரி இயக்கங்கள் குரல் கொடுத்தன.

தவிரவும் சிரியா, ஈராக், லிபியா போன்ற தேசங்களெல்லாம் லெபனான் முஸ்லிம்களுக்கு ஆதரவாகப் போரில் களமிறங்கியிருந்த நிலையில், லெபனானுக்கு உள்ளேயே உட்கார்ந்துகொண்டு, யுத்தத்தைக் கண்டுகொள்ளாமல் இருப்பது அபத்தமானது என்று இந்த இயக்கங்கள் கருதின.

ஆகவே லெபனான் கிருத்துவ இயக்கங்களுக்கு எதிராக பி.எல்.ஓ. தன்னிச்சையாக, நேரடியாகப் போரிடலாம் என்று அரஃபாத் நினைத்தார்.

ஆனால் லெபனான் போராளி இயக்கங்கள், அவருக்குச் சங்கடமே இல்லாதபடி, சுதந்தரமாக லெபனானின் தெற்குப் பகுதிகளில் தங்கிக்கொண்டு இஸ்ரேலுக்கு எதிரான தாக்குதல் நடவடிக்கைகளை பி.எல்.ஓ தொடரலாம், அதுவே போதும் என்று சொல்லிவிட்டன.

இது போதாது?

இயக்கத்துக்குள்ளே கருத்து வேறுபாடுகள் இருந்தாலும், லெபனானில் பி.எல்.ஓவை வலுவாகக்

காலூன்றச் செய்யும் காரியத்தில் மிகத் தீவிரமாக இறங்கினார் அரஃபாத். அங்கு நிறுவப்பட்ட பாலஸ்தீன் அகதிகள் முகாம்கள் அனைத்தும் அவரது கட்டுப்பாட்டின்கீழ்தான் இருந்தன.

கொஞ்சம் கொஞ்சமாக அகதிகள் முகாம் மீது செலுத்திக்கொண்டிருந்த அதிகாரத்தைத் தெற்கு லெபனான் முழுவதற்குமாக விஸ்தரிக்க ஆரம்பித்தது பி.எல்.ஓ. பேக்கா பள்ளத்தாக்கிலிருந்து மேற்கு பெய்ரூத் வரை பி.எல்.ஓவின் அதிகாரபூர்வமற்ற ஆட்சிதான் என்கிற அளவுக்கு வெகு சீக்கிரத்திலேயே பிராந்தியத்தை தன்வயப்படுத்திவிட்டார்கள்.

இருப்பிடம் சௌகரியமாகிவிட்ட தெம்பில் இஸ்ரேல் மீதான தாக்குதலை இன்னும் உக்கிரப்படுத்தினார்கள். சகட்டு மேனிக்கு இஸ்ரேல் எல்லையைக் கடந்து கிராமம் கிராமமாகச் சூறையாடத் தொடங்கியது பி.எல்.ஓ.

விளைவு? பாலஸ்தீனியர்கள் தங்கியிருக்கும் தெற்கு லெபனான் முழுவதையும் ஒரு வழி பண்ணிவிடுவது என்று முடிவு செய்தது இஸ்ரேல்.

**வருகிறது சிரியா:**

லெபனானின் உள்நாட்டு யுத்த விவகாரத்தில் சிரியாவின் தலையீடு மிக முக்கியமான திருப்பம். ஒரு வகையில் ஒட்டுமொத்த மத்தியக் கிழக்கு தேசங்களுக்குமே அதிர்ச்சி வைத்தியம் அளித்த திருப்பம் என்றும் அதைச் சொல்லலாம்.

அதுநாள் வரை யாசிர் அரஃபாத்துடன் மனஸ்தாபம் கொண்ட பாலஸ்தீன் விடுதலை இயக்கங்களுக்கு ஆதரவளித்துக் கொண்டிருந்தது சிரியா. லெபனான் உள்நாட்டு யுத்தத்தில் பங்குகொண்ட பி.எல்.ஓவின் இடதுசாரி இயக்கங்களுக்கும் சிரியாவின் ஆதரவும்

ஆசீர்வாதமும் இருந்தது. நிறைய ஆயுதங்களெல்லாம் சப்ளை பண்ணிக்கொண்டிருந்தார்கள்.

இது எல்லாமே தனக்கு எந்தப் பிரச்னையும் இல்லை என்கிற நிலைமை நீடித்தவரை மட்டுமே.

*1976*ம் ஆண்டு ஜூன் மாதம் லெபனான் அதிபர் சுலைமான் ஃப்ராங்கி *(Suleiman Frangieh)* சிரியா அரசுக்கு ஒரு தகவல் அனுப்பினார். யுத்தத்தின் தீவிரம் அதிகரித்துக்கொண்டே போகிறபடியால் லெபனானின் துறைமுகப் பகுதிகளை மூடி சீல் வைக்கவேண்டிய நிர்ப்பந்தம் ஏற்பட்டிருக்கிறது. குறிப்பாக பெய்ரூத் துறைமுகம். கொஞ்ச நாளைக்கு அங்கே எந்தக் கப்பலும் வரமுடியாது. அசௌகரியத்துக்கு மன்னிக்கவும்.

இந்தக் கடிதம் போன மறுவினாடியே அலறி அடித்துக்கொண்டு எழுந்துவிட்டது சிரியா. ஏனென்றால், சிரியாவின் வெளிநாட்டு வர்த்தகம் முழுவதுமே பெய்ரூத் துறைமுகத்தை நம்பித்தான் இயங்கிக்கொண்டிருந்தது. தனக்கென ஒரு துறைமுகமில்லாத சிரியாவுக்கு, பெய்ரூத் துறைமுக வாசல் மூடப்பட்டுவிட்டால் வெளியுலகத் தொடர்பு முற்றிலுமாகத் துண்டிக்கப்பட்டுவிடும். (பிரான்ஸ் ஆண்டுகொண்டிருந்த காலத்தில் லெபனான் தான் சிரியாவின் கிழக்கு எல்லையாக இருந்தது என்பதை நினைவில் கொள்ள வேண்டும்.)

ஆகவே கொள்கையாவது புண்ணாக்காவது என்று முஸ்லிம் போராளிகளை ஆதரிப்பதை அந்த வினாடியே மூட்டை கட்டிவைத்துவிட்டு லெபனான் அரசு என்ன சொன்னாலும் செய்யத்தயார் என்கிற நிலைக்கு இறங்கிவிட்டது.

இதனைச் சாதகமாகப் பயன்படுத்திக்கொள்ள நினைத்த கிருத்தவ லெபனானிய அரசு, தங்கள் நாட்டில் நடைபெறும் உள்நாட்டு யுத்தத்தை ஒரு முடிவுக்குக் கொண்டுவர உதவும்படி சிரியாவைக் கேட்டுக்கொண்டது.

சிரியாவின் ராணுவம், லெபனான் ராணுவத்தைக் காட்டிலும் பலம் பொருந்தியது. தவிரவும் நவீன ஆயுதங்கள் அவர்களிடம் நிறைய இருந்தன.

ஆனால் இதெல்லாமே பெரிய காரணமில்லை. பாலஸ்தீன் போராளிகளையும் லெபனானிய முஸ்லிம்களையும், சகோதர முஸ்லிம் தேசமான சிரியா தாக்கி வீழ்த்துமானால், அது மத்தியக் கிழக்கின் அரசியல் வரலாற்றில் மிகப்பெரிய புரட்சியாக அமையும். லெபனானில் கிருத்தவ அரசு நீடிப்பதற்கும் இதையே ஒரு தொடக்கப்புள்ளியாகப் பயன்படுத்த முடியும். முஸ்லிம்களுக்கு எதிரான அரசாக இதுவரை இஸ்ரேல் ஒன்றுதான் இருக்கிறது. மறைமுகமாக சிரியாவையும் அந்தப் பட்டியலில் இது கொண்டு வந்து சேர்க்கும். அப்படிப்பட்ட சூழ்நிலையில், சிரியாவிலும் ஆட்சி மாற்றத்துக்கு - குறிப்பாக கிருத்தவ ஆட்சிக்கு ஒரு சந்தர்ப்பம் கிடைத்தாலும் கிடைக்கலாம்.

அரசியல்வாதிகளின் கணக்குகள் எப்போதுமே அபாயகரமானவையாகவே அமைந்துவிடுகின்றன. உண்மையில் அன்றைக்கு லெபனான் அரசு, சிரியாவைத் தன் உள்நாட்டு விவகாரத்தில் தலையிட அழைத்தது போன்றதொரு மடத்தனமான செயல் வேறு இருக்கமுடியாது. அவர்கள் எதிர்பார்த்த லாபங்கள் எதுவுமே நடைபெறவில்லை என்பது ஒருபுறமிருக்க, மத்தியக் கிழக்கு நாடுகளிடையே சிரியா குறித்த நிரந்தரமான சந்தேகம் உண்டாக அதுவே ஒரு காரணமாகிவிட்டது.

இன்றைக்கு வரை பாலஸ்தீன் பிரச்னை இழுத்துக் கொண்டிருப்பதற்கு இந்த நாடுகளின் ஒற்றுமையின்மைதான் காரணம் என்று தொடர்ந்து சொல்லப்பட்டு வருகிறது. இந்த 'ஒற்றுமை இன்மை' என்பது இத்தகைய பரஸ்பர சேம்சைட் கோல் நடவடிக்கைகளால்தான் ஏற்பட்டது.

இது ஒருபுறமிருக்க, லெபனான் யுத்தத்தில் பங்குபெற சிரியா தன் ராணுவத்தை அனுப்பிவிட்டது. சிரியா, யுத்தத்தில் பங்குபெறுவது என்பது நேரடி ஆக்கிரமிப்பு என்பதாகத்தான் அர்த்தமாகும். பாலஸ்தீன் போராளி இயக்கங்களையும் லெபனான் முஸ்லிம்களையும் சமாளிப்பது சிரிய ராணுவத்துக்குப் பெரிய விஷயமே இல்லை.

வெகு சுலபமாக அவர்கள் திரிபோலியையும் பேக்கா பள்ளத்தாக்கு பகுதியையும் கைப்பற்றினார்கள்.

பேக்கா பள்ளத்தாக்கு என்பது அப்போது பாலஸ்தீன் விடுதலை இயக்கத்தின் தலைமை யகமாக இருந்த பிரதேசம். ஆகவே நிலவரம் மேலும் கலவரமாகிவிடாமலிருப்பதற்காக அவசர அவசரமாக ஒரு அமைதிப் பேச்சு முயற்சியை மேற்கொண்டார்கள்.

நயா பைசா பிரயோஜனமில்லை. இரு தரப்பும் படு உக்கிரமாக மோத ஆரம்பித்தன. சிரிய ராணுவம், தனது தலைநகரமான டெமஸ்கஸிலிருந்து தினசரி பத்து லாரிகளில் ஆயுதம் வரவழைத்தது. ஓயாத குண்டுமழை. பிராந்தியத்தில் ஒரு கட்டடம் இல்லாமல் அடித்து நொறுக்கிவிட்டார்கள்.

கிழக்கு பெய்ரூத்தில் அல் ஸத்தார் என்கிற அகதி முகாம் ஒன்றை கிருத்தவப் படைகள் அழித்து ஒழிக்க சிரியா உதவி செய்தது. கிட்டத்தட்ட இரண்டாயிரத்து

ஐந்நூறு பாலஸ்தீனியர்கள் அந்த இடத்தில் படுகொலை செய்யப்பட்டார்கள்.

லெபனான் சரித்திரத்தில் மிகக் கோரமான வன்முறைச் சம்பவம் என்று இன்றளவும் வருணிக்கப்படும் இதனை ஒட்டுமொத்த அரபு உலகமும் வன்மையாகக் கண்டித்தது.

ஆனால் என்ன கண்டித்தாலும் சிரியாவின் ராணுவம் லெபனானுக்குள் நுழைந்தது நுழைந்ததுதான்; கைப்பற்றிய பகுதிகள் கைப்பற்றப்பட்டவைதான்! இதில் மாற்றம் இல்லையே?

இன்னும் கொஞ்சம் விட்டிருந்தால் ஒட்டுமொத்த லெபனானையும் கபளீகரம் செய்துவிடவே சிரியா தயாராக இருந்தது. என்ன இருந்தாலும் லெபனான், சிரியாவின் ஒரு பகுதியாக இருந்ததுதானே?

அப்படியொரு விபரீதம் நிகழாமல் இருப்பதற்காக அவசர அவசரமாக சவூதி அரேபியாவில் (ரியாத் நகரத்தில்) அரபு லீகின் கூட்டம் கூட்டப்பட்டது. இது நடந்தது, அக்டோபர் 1976ம் வருடம். மேற்கொண்டு சிரியா, லெபனானில் யுத்தம் செய்யாமல் சமர்த்தாக ஊர்ப் போய்ச் சேர்ந்துவிட வேண்டியது. பதிலுக்கு சிரியா தன் ராணுவத்தினர் நாற்பதாயிரம் பேரை லெபனானில் நிலைகொள்ளச் செய்யலாம்.

அதாவது சிரியா ஆக்கிரமித்த லெபனான் பகுதிகளில் சிரிய ராணுவம் இருக்கும். ஏதாவது அசம்பாவிதம் என்றால் அவர்கள் ஆயுதம் தூக்கலாம். அடித்து நொறுக்கலாம். ஒன்றுமில்லாமல் அமைதி தவழும் பட்சத்தில் ராணுவ வீரர்களும் சமர்த்தாக சாப்பிட்டுத் தூங்கிக்கொண்டிருக்கலாம். மற்றபடி ஆட்சி லெபனான் அரசின் ஆட்சிதான். அதில் மாற்றமில்லை.

இந்த ஏற்பாட்டில் ஒரு பின்னிணைப்பு சேர்க்கப் பட்டது. அப்படி நிறுத்தும் நாற்பதாயிரம் பேரில்

அனைத்து அரபு நாடுகளைச் சேர்ந்த வீரர்களும் கொஞ்சம் கொஞ்சம் இருப்பார்கள் என்பதே அது. என்ன இருந்தாலும் சிரியா ஒரு முஸ்லிம் தேசம். ஒரு தப்பு செய்துவிட்டதற்காக அத்தனை பேரும் கைவிட்டுவிட்டதாக உலகம் நினைத்துவிடக் கூடாதில்லையா? அதற்காக, லெபனானில் அமைதி காக்க, அரபு லீகின் ஏற்பாடாகவே அந்த ராணுவம் செல்லும் என்று தீர்மானிக்கப்பட்டது.

ஆனால் சிரியாவைத் தவிர மற்ற நாடுகளுக்கு ரொம்பகாலம் இந்த ஏற்பாட்டைத் தொடர இஷ்டமில்லை. கொஞ்சம் கொஞ்சமாக அத்தனை பேரும் ஜகா வாங்கிக்கொண்டுவிட, சிரியா மட்டுமே தன் துருப்புகளை லெபனானில் தங்கவைத்தது.

அநேகமாக இந்தக் கட்டத்துடன் லெபனான் உள்நாட்டுப் போர் எந்த முடிவுக்கும் வராமல் முடிந்தது என்றுதான் சொல்லவேண்டும். கிருத்தவர்கள் ஆட்சியா, முஸ்லிம்கள் ஆட்சியா என்கிற கேள்வியே செத்துப்போய் சிரியாவின் நாட்டாமை என்று முடிந்துவிட்டது.

ஆனால் தெற்கு லெபனானில் நடைபெற்றுக் கொண்டிருந்த பி.எல்.ஓ - இஸ்ரேல் சண்டைகள், காஃபி- டாஃபி யுத்தம் போல் நீடித்துக்கொண்டேதான் இருந்தது.

**இஸ்ரேலும் லெபனானும்:**

1977-78 ஆண்டு காலகட்டத்தில் இஸ்ரேலிய இலக்குகள் மீது பி.எல்.ஓ நிகழ்த்திய பல தாக்குதல்கள் லெபனானுடைய விதியைத் தன் பங்குக்குக் கொஞ்சம் ரீரைட் செய்ய ஆரம்பித்தன.

குறிப்பாக மார்ச் 11, 1978 அன்று இஸ்ரேலின் வடக்குக் கடலோர எல்லைப் பகுதியை ஒட்டிய ஒரு சாலையில்

ஃபத்தா இயக்கத்தைச் சேர்ந்த சில போராளிகள் இரண்டு இஸ்ரேலியப் பேருந்துகளை வழிமறித்துக் கடத்தினார்கள். இரண்டு பேருந்துகளிலும் கணிசமான மக்கள் இருந்தார்கள்.

கடத்திய பேருந்துகளின் ஜன்னல்கள் வழியே அவர்கள் வெளியே சாலையில் நடந்துபோகும், வண்டிகளில் போகும் பொதுமக்களைப் பார்த்துச் சுட ஆரம்பித்தார்கள்.

அது ஹைஃபா - டெல் அவிவ் நெடுஞ்சாலை. எப்போதும் கணிசமான போக்குவரத்து இருந்தபடியே இருக்கும். மிக முக்கியமான அந்தச் சாலையில் இரண்டு பேருந்துகளிலிருந்து தொடர்ந்து துப்பாக்கிக் குண்டுகள் சீறிக்கொண்டே இருந்ததில், மக்கள் மிகுந்த அச்சமும் கலக்கமும் அடைந்தார்கள். கண்ணெதிரில் 37 பேர் கொல்லப்பட்டதும் இன்னும் எண்பது பேர் படுகாயமடைந்ததும் அவர்களை திகிலடையச் செய்தன.

தகவல் பறந்து, இஸ்ரேலியப் படைகள் வந்து சேர்வதற்குள் இத்தனையும் நடந்துமுடிந்துவிட்டன. பிறகு இஸ்ரேலியப் படைகளுடன் ஃபத்தா இயக்கத்தைச் சேர்ந்தவர்கள் மோதினார்கள். எல்லாம் அந்தப் பேருந்துகளுக்குள் இருந்தபடிதான்.

ஒருவழியாக அவர்கள் தங்கள் தாக்குதலை முடித்துக்கொண்டு இறங்கித் தப்பித்துப் போனபோது அந்தச் சாலை முழுவதும் ரத்தச் சேறாக இருந்தது.

இதற்குமேல் சும்மா இருக்க வேண்டாம் என்று இஸ்ரேல் தீர்மானித்தது. ஏற்கெனவே லெபனானில் பாலஸ்தீன் அகதிகள் வந்து தங்கியிருப்பது இஸ்ரேலின் கண்களை உறுத்திக்கொண்டே இருந்தது.

இதை ஒரு சாக்காக வைத்து லெபனானை ஒரு வழி பண்ணிவிடலாம் என்று முடிவு செய்தார்கள்.

நான்கே நாள் இடைவெளி. இஸ்ரேல் ராணுவத்தின் ஒரு பெரிய பிரிவை லெபனானுக்குள் ஊடுருவ அனுப்பினார்கள். இந்த ஊடுருவல் என்பது ஒரு பிள்ளையார் சுழி மாதிரிதான். உள்ளே புகுந்து ஆக்கிரமிப்பது என்பதுதான் நோக்கம். முழு லெபனானையும் முடியாவிட்டாலும் தெற்கு லெபனானை மட்டுமாவது.

ஆப்பரேஷன் லிட்டானி *(Operation Litani)* என்று திட்டத்துக்குப் பெயரிடப்பட்டது. லிட்டானி என்பது லெபனானில் ஓடுகிற ஒரு நதி. அந்த நதியின் தெற்குக் கரை முழுவதையும் முதல் கட்டமாகக் கைப்பற்றி விடவேண்டும் என்பதுதான் இஸ்ரேலின் நோக்கம். படையைக் கொண்டுவந்துவிட்டபிறகு அவர்கள் ராகுகாலம், எமகண்டமெல்லாம் பார்த்துக்கொண்டிருக்கவில்லை. அடி அடி என்று அடித்து நொறுக்க ஆரம்பித்துவிட்டார்கள்.

கிட்டத்தட்ட ஒரு லட்சம் லெபனானியர்கள் இந்தத் தாக்குதலில் பாதிக்கப்பட்டார்கள். வீடிழந்து, ஊர் இழந்து அவர்கள் சொந்த நாட்டின் அகதிகளாக வேறு வேறு இடங்களுக்கு ஓடவேண்டியதாகிவிட்டது. இந்தத் தாக்குதலில் சுமார் இரண்டாயிரம் பேர் இறந்ததாக நியூஸ் வீக் பத்திரிகை *(27 மார்ச் 1978 தேதியிட்ட இதழ்)* ஒரு கணக்கு சொன்னது. எண்பது பேர்தான் இறந்தார்கள் என்று இஸ்ரேல் சாதித்தது.

இஸ்ரேல் சொன்னதை ஐக்கிய நாடுகள் சபையின் பாதுகாப்பு கவுன்சில் நிராகரித்தது. உடனடியாகப் போர் நிறுத்தத்துக்கு உத்தரவிட்டு, லெபனானுக்கு ஐ.நாவின் அமைதிப் படை ஒன்றை அனுப்பியது.

படை வந்தால் அமைதி திரும்பிவிடுமா என்ன? கட்டக்கடைசி வரை அடித்து நொறுக்குவது என்பது தான் இஸ்ரேலின் சித்தாந்தம். 1948 யுத்தம் தொடங்கி இன்றுவரை இதைக் கடைபிடித்துவருகிறார்கள். எல்லாம் முடிந்து அமைதிப்பேச்சு, ஒப்பந்தம் என்று வரும்போது, அகப்பட்ட வரை லாபம் என்று நமுட்டுச் சிரிப்பு சிரித்துக்கொள்வதே இஸ்ரேல் ஸ்டைல்.

லெபனான் விஷயத்திலும் அதுவேதான் நடந்தது. பி.எல்.ஓவின் இஸ்ரேலியத் தாக்குதலுக்கு பதிலடி தருவதாக ஆரம்பித்து, தெற்கு லெபனானின் பெரும்பான்மையான பகுதிகளை (எல்லையோர நீளம் மட்டும் பதினாறு கிலோமீட்டர்கள்.) இஸ்ரேல் ஆக்கிரமித்துவிட்டது.

பிறகு போர் நிறுத்தத்துக்குச் சம்மதிப்பது போல சம்மதித்து, ஆக்கிரமித்த பகுதிகள் வரை தன் ஆளுகைக்கு உட்பட்டிருக்கவேண்டும் என்று கேட்டுச் சாதித்துக்கொண்டது.

இப்படி ஆக்கிரமித்த பகுதிக்குப் பாதுகாவலனாக லெபனான் ராணுவம் ஒன்றையே நியமிப்பதாகச் சொல்லிவிட்டு, கிருத்தவ - முஸ்லிம் வீரர்கள் அடங்கிய படை ஒன்றையும் (தெற்கு லெபனான் படை என்று இதற்குப் பெயர்.) நியமித்தது.

ஆச்சர்யமாக இருக்கிறதா? அதுதான் இஸ்ரேல்! அந்தப் படையில் இருந்தவர்கள் லெபனானைச் சேர்ந்த கிருத்தவர்களும் முஸ்லிம்களும்தான் என்றாலும் அத்தனை பேரும் இஸ்ரேலின் ஆள்கள். குறிப்பாக லெபனான் ஷியாக்களுக்கு எதிராகத் தீவிரமான வன்மம் வளர்த்துக்கொண்டிருந்த சன்னி முஸ்லிம்கள். பெரும்பாலும் கல்வியறிவோ,

மதப்பற்றோ இல்லாத, பணத்துக்கு வேலை செய்யக் கூடிய சாதாரண ஆள்கள்.

ஆகவே பி.எல்.ஓ - இஸ்ரேல் யுத்தமாக அதுவரை இருந்தது, உடனடியாக பி.எல்.ஓ. - தெற்கு லெபனான் படை - இஸ்ரேல் யுத்தமாக முப்பரிமாணம் பெற்றது. பி.எல்.ஓவினர் இஸ்ரேலின் லெபனான் ப்ராக்ஸிகளையும் தாக்கினார்கள்; நேரடியாக இஸ்ரேலுக்குள் நுழைந்தும் ரணகளம் செய்தார்கள். பதிலுக்கு இஸ்ரேல் ராணுவமும் தெற்கு லெபனானுக்குள் அடிக்கடி நுழைந்து அடித்தது. அங்கேயே இருந்த தெற்கு லெபனான் படை வீரர்களும் பி.எல்.ஓவின் மீது தாக்குதல் நிகழ்த்தினார்கள்.

குறிப்பாக, இஸ்ரேலின் பிரதமராக மேனாச்சம் பெகின் *(Menachem Begin)* இரண்டாவது முறையாகத் தேர்ந்தெடுக்கப்பட்ட எழுபதுகளின் இறுதி வருடங்களில் அவரது ராணுவ அமைச்சராக ஏரியல் ஷரோன் வந்து சேர்ந்தார்.

இயல்பாகவே தீவிர அரபு எதிர்ப்பாளர், ஷரோன். ராணுவ அமைச்சராக அவர் பொறுப்பேற்றதும் லெபனானில் இருந்த பாலஸ்தீன் விடுதலை இயக்க முகாம்களின் மீது இஸ்ரேலின் தாக்குதலை அதிகப்படுத்துவதுதான் அவரது முதல் உத்தியோகமாக இருந்தது. கண்மண் தெரியாத தாக்குதல் என்பதுதான் அவருக்கு விருப்பமான விளையாட்டு. முன்னாள் ராணுவர் என்கிற தகுதியில், இஸ்ரேலின் தளபதிகளுக்கு அவரே தாக்குதல் வியூகங்களையும் வகுத்துக் கொடுப்பார். ஒவ்வொரு நாளும் எத்தனை பேரைக் கொன்றார்கள் என்று ராணுவ அமைச்சருக்கு கரெக்டாகக் கணக்கு

கொடுத்தாக வேண்டும். எண்ணிக்கை அதிகமாக இருந்தால் பாராட்டு நிச்சயம். ஒன்றும் தேறவில்லை என்று சொன்னால் எச்சரிக்கை வரும். பிறகு டிரான்ஸ்ஃபர் வரும். வேலையே கூடப் போகும்.

தனது ராணுவத்தையே ஒரு கிரிக்கெட் டீம் மாதிரி நடத்திய அமைச்சர் அவர்.

ஒரு பக்கம் சிரியாவின் ராணுவம். இன்னொரு பக்கம் இஸ்ரேலின் ராணுவம். உள்ளுக்குள் ஏகப்பட்ட தனியார் ராணுவங்கள்.

லெபனானில் அரசு என்று ஒன்று இருந்தது வாஸ்தவம்தான். ஆனால் வேடிக்கை பார்க்கும் அரசாக மட்டும்தான் அதனால் இருக்கமுடிந்திருக்கிறது. சுயபலமில்லாத காரணத்தால் ஆண்டுக்கணக்கில் லெபனானை அண்டை நாடுகளிடம் அடகுவைத்த அரசின் மீது வெறுப்பு கொண்டதன் விளைவாகத்தான் ஹிஸ்புல்லா அங்கே தோன்றியது.

தெற்கு லெபனானை இஸ்ரேலிடமிருந்து மீட்க வேண்டும். சிரியா உள்பட எந்த ஒரு அன்னிய சக்தியும் லெபனானைப் பங்குபோட அனுமதிக்கக் கூடாது. லெபனானை ஒரு முழுமையான இஸ்லாமிய தேசமாக ஆக்கி, ஈரானில் கொமேனி சாதித்த காரியங்களை இங்கும் சாதிக்க வேண்டும்.

எல்லாம் முடியவேண்டும். முதலில் இஸ்ரேலை ஒழிக்க வேண்டும்.

இப்படி உறுதி எடுத்துக்கொண்டபிறகு பிறந்ததுதான் ஹிஸ்புல்லா.

## 5

# உள்ளே, வெளியே: நெட் ஒர்க்

*"ஹிஸ்புல்லாவின் நிர்வாகக் கட்டமைப்பும், அவர்களது சர்வதேச நெட் ஒர்க்கும் அல் காயிதாவுக்கு நிகரானது. அப்படி இல்லை என்று யாராவது சொல்வார்களானால் என் பதில், அல் காயிதாவைக் காட்டிலும் சில படிகள் மேலானது என்பதுதான்."*

*- அமெரிக்க உளவுத்துறையான சி.ஐ.ஏவின் இயக்குநர் ஜார்ஜ் டெனட் பிப்ரவரி 2003ல் அளித்த ஒரு பேட்டியிலிருந்து.*

ஜார்ஜ் டெனட் சொன்னது மிகையே இல்லை. எந்த வகையில் பார்த்தாலும் அல் காயிதாவைக் காட்டிலும் ஹிஸ்புல்லா சக்தி மிக்க இயக்கம்தான். அல் காயிதாவின் தோல்வியடைந்த திட்டங்களைப் பட்டியலிட்டுப் பார்த்தால், அவர்கள் வெற்றிகரமாகச் செய்துமுடித்த தீவிரவாத நடவடிக்கைகள் மிகக் குறைவு என்றுதான் சொல்லவேண்டும். ஆனால் ஒவ்வொரு திட்டத்தின் பின்னாலும் இருக்கும்

அதிபயங்கரம் மற்றும் பிரம்மாண்டம்தான் அல் காயிதாவைத் தீவிரவாத இயக்கங்களின் சூப்பர் ஸ்டாராக அடையாளம் காட்டுகின்றன.

ஆனால் ஹிஸ்புல்லா கைவைத்த எந்த ஒரு திட்டத்திலும் இதுவரை தோல்வி என்பதே இருந்ததில்லை. இலக்கில் துல்லியம், செயல்பாட்டில் முழு கவனம், தேவையான ஆயுத பலம், பண பலம், மிகத்தேர்ந்த சூத்திரதாரிகளின் வழிகாட்டல், சிரியா, லெபனான், ஈரான் ஆகிய மூன்று தேசத்து அரசுகளின் நிரந்தரமான ஆதரவு, உலகம் முழுவதும் பல்லாயிரக்கணக்கில் பெருகியிருக்கும் ஆள் பலம், இதர தீவிரவாத இயக்கங்களுடன் உரசலே இல்லாத நீடித்த நல்லுறவு என்று இதற்குப் பல காரணங்களைச் சொல்லலாம்.

அல் காயிதாவுக்கும் ஹிஸ்புல்லாவுக்கும் அடிப்படையில் ஒரு வித்தியாசம் உண்டு. அல் காயிதாவின் நோக்கம், இஸ்லாத்துக்கு எதிரிகளாக அவர்கள் கருதும் அமெரிக்கா, பிரிட்டன், இஸ்ரேல், இன்னபிற அமெரிக்கக் கூட்டணி தேசங்களைக் குறிவைத்துத் தாக்குவதும், அழிவுகளை ஏற்படுத்துவதும் மட்டும்தான்.

ஆனால் ஹிஸ்புல்லாவின் நோக்கம், பயங்கரவாத நடவடிக்கைகளின் மூலம் எதிரிகளை ஒழித்து விட்டு, அரசியலை முழுமையாக இஸ்லாம் மயமாக்கவேண்டும் என்பது.

அல் காயிதாவுக்கும் 'அகண்ட இஸ்லாமிய சாம்ராஜ்ஜியம்' என்பதுதான் கனவு என்றாலும் எந்த ஒரு அல் காயிதா கேண்டிடேட்டும் இதுவரை எந்த ஊர் பார்லிமெண்ட் தேர்தலிலும் நின்றதில்லை. ஒரு கார்ப்பரேஷன் தேர்தலில் கூட நின்றதில்லை.

எதிரிகளை ஒழித்துவிட்டால் போதும்; உலகம் அப்படியே ஒரு லட்டு மாதிரி தன் கையில் வந்து விழுந்துவிடும், பண்டைய காலிஃபாக்களின் ஆட்சியை மீண்டும் கொண்டுவந்துவிடலாம் என்கிற மாய யதார்த்த சித்தாந்தத்தில் நம்பிக்கை கொண்டது அல் காயிதா.

ஹிஸ்புல்லா இந்த விஷயத்தில் மிகவும் யதார்த்தமான பார்வையைக் கொண்ட ஓர் இயக்கம். அரசியல்தான் இறுதி நோக்கம். இஸ்லாத்தை அடியொற்றிய அரசியல் என்பது லட்சியம். நவீன உலகில் அதற்கான முதல் படி பாராளுமன்ற ஜனநாயகம்தான் என்பதில் அவர்களுக்கு மாற்றுக்கருத்தே இல்லை.

அதனால்தான் லெபனான் பொதுத்தேர்தல்களில் ஒரு பதிவு செய்யப்பட்ட அரசியல் கட்சியாக ஹிஸ்புல்லா தொடர்ந்து போட்டியிடுகிறது, வெற்றியும் பெறுகிறது. இந்த வகையில், லெபனானின் இருப்பியல் பிரச்னைகள்தான் ஹிஸ்புல்லாவை ஓர் அரசியல் இயக்கமாகவும் போராளி இயக்கமாகவும் ஒருங்கே இயங்க அனுமதிக்கிறது.

இதைப் புரிந்துகொண்டுவிட்டால், மேற்கொண்டு ஹிஸ்புல்லாவின் உள் கட்டுமானம் மற்றும் வெளித் தொடர்புகளை நோக்கி நாம் சென்றுவிடலாம்.

என்ன செய்கிறார்கள்?

உலகின் மிகச் சில தேசங்கள் தவிர (ரஷ்யா, சீனா, திபெத், நேபாளம், சூடான், உகாண்டா, மெக்சிகோ, போர்ச்சுக்கல்) மற்ற அனைத்து நாடுகளிலும் ஹிஸ்புல்லா பரவியிருக்கிறது. பெரும்பாலான இடங்களில் நேரடியாக. சில இடங்களில் ஏஜெண்டுகள் மூலம். இந்தியாவில் கூட

ஹிஸ்புல்லாவின் கிளை உண்டு என்று அமெரிக்க உளவுத்துறை சொல்லியிருக்கிறது.

இப்படிப் பரவுகிற இடங்களில் எல்லாம் பாதிக்கப்பட்ட முஸ்லிம் சமூகத்தினருக்கு உதவிகள் செய்வதுதான் ஹிஸ்புல்லாவின் முதல் பணி. எல்லையோர மக்கள் தொழில் மற்றும் வாழ்க்கைப் பிரச்னைகள் சார்ந்து அண்டை நாடுகளுக்குப் போக விரும்பினால், அவர்களை பத்திரமாக ஊடுருவச் செய்து அழைத்துப் போவது, அண்டை தேசங்களில் அவர்கள் தங்குவதற்கு ஏற்பாடுகள் செய்வது, வேலை வாய்ப்புகளைத் தேடித்தருவது போன்ற பணிகளை சிரத்தையுடன் செய்கிற காரணத்தால், படிப்பறிவில்லாத அப்பாவி கிராம மக்களின் நம்பிக்கையையும் ஆதரவையும் இவர்கள் பெற்றுவிடுகிறார்கள். இதுதான் மூலதனம்.

பிறகு, அம்மக்களைக் கொண்டே இயக்கத்துக்கு நிதி சேகரிக்கும் பணியை ஆரம்பிக்கிறார்கள். துன்பத்தில் வாடும் சகோதர முஸ்லிம்களுக்கு உதவுவதற்காக என்று சொல்லி, ஒவ்வொரு கிராமத்து மக்களும் துண்டேந்தி வீதி வீதியாகப் போய் வசூல் செய்து ஹிஸ்புல்லாவுக்கு அளிப்பார்கள்.

என்னதான் ஹிஸ்புல்லாவின் நிதித்துறைக்கென்று தனிப்பட்டமுறையில் அதிகாரிகளும் வல்லுநர்களும் உண்டு; பல தேசங்களின் அரசுகளே அவர்களுக்குக் கோடி கோடியாகக் கொட்டிக்கொடுக்கிறார்கள் என்றாலும், இந்த மக்கள் பணம் அவர்களுக்கு மிக முக்கியமானது. ''நாளைக்கு நமக்கு ஓட்டுப் போடப்போகிற மக்கள் இவர்கள். இன்று இவர்கள் கொடுப்பது அதற்கான அச்சாரம்' என்று ஒரு சமயம் ஹிஸ்புல்லாவின் தலைவர் ஹஸன் நஸ்ருல்லா சொல்லியிருக்கிறார்.

இப்படி எல்லையோர மக்களுடன் தொடர்பு கொண்டு, அவர்களின் நம்பிக்கையைப் பெற்றபிறகு அந்தப் பகுதிகளில் ஹிஸ்புல்லா மதரஸாக்களைத் தொடங்குகிறது. ஏழை முஸ்லிம் குழந்தைகளுக்கு இங்கே கல்வியளிக்கிறார்கள். ஹிஸ்புல்லா நடத்தும் அத்தனை மதரஸாக்களிலும் கண்டிப்பாக மாலை வேளைகளில் சொற்பொழிவுகள் உண்டு. உலகின் பல பாகங்களிலிருந்தும் சீனியர் மத குருக்கள் வந்து பேசுவார்கள்.

இந்தக் கூட்டங்களுக்குத் தொடர்ந்து வரும் இளைஞர்களை கவனித்துக்கொண்டே இருப்பார்கள். அவர்களது டார்கெட் அந்த இளைஞர்கள்தாம்!

தீவிர மதப்பற்றும் போராட்ட குணமும் ஆதிக்க சக்திகளின் மீதான அடிப்படைக் கோபமும் இருந்தால் போதும். உடனே தனியே அழைத்துப் பேசுவார்கள். விருப்பமுள்ளவர்கள் உடனடியாகச் சேர்த்துக்கொள்ளப்பட்டு, பயிற்சிக்கு அனுப்பப்படுவார்கள்.

ஹிஸ்புல்லாவின் பயிற்சி என்பது மூன்று கட்டங்களை உள்ளடக்கியது. முதலில் சித்தாந்தப் பயிற்சி. அதில் தேறினால் அரசியல் பயிற்சி. அங்கும் தேறினால் மட்டுமே ஆயுதப் பயிற்சிக்கு அனுப்புவார்கள். இந்தப் பயிற்சிகள் பெரும்பாலும் லெபனானிலேயே நடக்கும். மிகச் சில சந்தர்ப்பங்களில் மட்டும் பிலிப்பைன்ஸ், இந்தோனேஷியா, ஆஸ்திரேலியா, ஈரான் போன்ற தேசங்களில் ஆரம்பப் பயிற்சி முகாம்கள் நடத்தியிருக்கிறார்கள்.

இப்படி, புத்தம்புதிதாக இளைஞர்களைப் பிடிப்பது தவிர, கருத்து ரீதியில் ஒத்துப்போகக் கூடிய பல சிறு தீவிரவாத இயக்கங்களிலிருந்தும்

ஆள்களை இணைத்துக்கொள்வது உண்டு. பல்வேறு இயக்கங்களே தம் பெயரைத் துறந்து ஹிஸ்புல்லாவுடன் ஐக்கியமாகியிருக்கின்றன.

அடிப்படையில் ஹிஸ்புல்லா ஒரு ஷியா இயக்கமாக இருந்தாலும் உலகின் பல்வேறு பாகங்களில் உள்ள அதன் கிளைகளில் பரவலாக சன்னி முஸ்லிம்களும் உறுப்பினர்களாக இருக்கிறார்கள்.

இப்படித் தேர்ந்தெடுக்கப்படும் போராளிகளுக்குப் பயிற்சிகள் முடிந்தபின் அவரவர் தேசங்களுக்கே அனுப்பப்படுவார்கள். அந்தந்த ஊர்களில் இருக்கும் ஹிஸ்புல்லாவின் கிளையில் அவர்கள் பதிவு செய்துகொண்டு பணியாற்றுவார்கள். ஹிஸ்புல்லாவின் உலகு தழுவிய கிளைகள் அனைத்துக்கும் தேவையான பண உதவி, ஆயுத உதவிகளை ஹிஸ்புல்லா தலைமையகமே செய்துதரும். கிளைகள் உற்பத்தி செய்யும் பணம் அனைத்தும் லெபனானுக்கே அனுப்பப்படும். மத்திய அலுவலகக் கணக்குப் பிரிவிலிருந்துதான் அனைத்துக் கிளைகளுக்கும் தேவையான பணப்பட்டுவாடா செய்யப்படுமே தவிர, அவரவர் வசூலித்த பணத்தில் அல்வா வாங்கிச் சாப்பிட்டுவிட முடியாது. இந்த விஷயத்தில் ஹிஸ்புல்லா மிகவும் ஸ்டிரிக்ட்டான இயக்கம்.

ஹிஸ்புல்லாபோன்ற ஒரு பயங்கரவாத அமைப்புக்குப் பணத்தைக் காட்டிலும் ஆயுதங்கள்தான் பிரதானம். தங்களுக்குக் கிடைக்கும் பணத்தில் மூன்றில் இரண்டு பங்கை ஆயுதங்கள் வாங்கிச் சேகரிப்பதிலும் பராமரிப்பதிலுமே ஹிஸ்புல்லா செலவிடுகிறது. நவீன துப்பாக்கிகள், பீரங்கிகள், ராக்கெட் லாஞ்சர்கள், போர் விமானங்களைச் சுட்டு வீழ்த்தும் டெலஸ்கோப்

பீரங்கிகள், வெடி மருந்துகள், தகவல் தொடர்புக் கருவிகள், கம்ப்யூட்டர்கள் என்று ஹிஸ்புல்லா சர்வ வசதிகளையும் பெற்ற ஓர் இயக்கம்.

ஆரம்பக் காலத்தில் வெறும் நாட்டுத்துப்பாக்கிகளை மட்டுமே வைத்துக்கொண்டுதான் அவர்கள் இஸ்ரேலுக்குத் தண்ணி காட்டினார்கள். பிறகு இஸ்ரேலிய ராணுவ முகாம்களில் புகுந்து கொள்ளையடித்தே பல அதிநவீன அமெரிக்கத் தயாரிப்பு ஆயுதங்களைக் கைப்பற்றினார்கள். எப்போது ஈரானும் சிரியாவும் உதவ முன்வந்தனவோ, அன்று தொடங்கி ஹிஸ்புல்லாவின் ஆயுதக் கிடங்கு ஒருநாளும் வற்றி இருந்ததே இல்லை.

சோவியத் யூனியனிலிருந்து சிதறிய பல குட்டி மத்திய ஆசிய தேசங்கள்தான் ஹிஸ்புல்லாவுக்குத் தொடர்ந்து ஆயுதங்கள் வழங்கிவருகின்றன. இந்தத் தேசங்களில் இருக்கும் ஆயுத வியாபாரிகளிடமிருந்து தமது பாகிஸ்தான் மற்றும் சவூதி அரேபியக் கிளைப் பிரதிநிதிகள் மூலம் ஹிஸ்புல்லா தனக்கு வேண்டிய ஆயுதங்களைத் தடையின்றித் தருவித்துக்கொள்கிறது. இதற்கான விலையை ஹவாலா முறைப்படிச் செலுத்திவிடுவார்கள்.

இத்தனையும் எதற்காக என்றால் இஸ்ரேலுடன் யுத்தம் செய்வதற்காக. இஸ்ரேலுக்கு உதவும் அத்தனை பேருடனும் மல்லுக்கட்டுவதற்காக. லெபனானின் பூரண சுதந்தரத்துக்காக.

**எங்கெங்கே ஹிஸ்புல்லா?:**

முன்பே பார்த்ததுபோல உலகின் மிகச் சில தேசங்கள் தவிர, பெரும்பாலான இடங்களில் ஹிஸ்புல்லா பரவியிருக்கிறது. கண்டம்வாரியாக அவற்றைப்

பட்டியலிட்டால், ஹிஸ்புல்லாவின் கிளைகள் இருக்கும் இடங்கள் இவைதான்:

வட அமெரிக்கா : யு.எஸ்.,ஏ., கனடா.

தென் அமெரிக்கா: பிரேசில், வெனிசுலா, கொலம்பியா, பராகுவே, அர்ஜெண்டைனா, சிலி, கவுதமாலா, பனாமா, கோஸ்டா ரீகா.

ஆப்பிரிக்கா: நைஜீரியா, கினியா, தென்னாப்பிரிக்கா, ஜைர், ஜிம்பாப்வே, லைபீரியா, செனகல்.

மத்தியக் கிழக்காசியா: லெபனான், ஈரான், சவூதி அரேபியா, இஸ்ரேல், ஜோர்டன், குவைத், கத்தார், துபாய். (கவனிக்கவும். சிரியாவில் ஹிஸ்புல்லாவின் கிளை கிடையாது.)

தெற்கு ஆசியா: இந்தியா, பாகிஸ்தான், பங்களாதேஷ்.

கிழக்கு ஆசியா: தாய்லாந்து, பிலிப்பைன்ஸ், மலேசியா, சிங்கப்பூர், இந்தோனேசியா, தைவான், கொரியா.

ஐரோப்பா: ஜெர்மனி, இத்தாலி, பிரான்ஸ், ஸ்விட்சர்லாந்து, பிரிட்டன், ஸ்பெயின், ஸ்வீடன், நார்வே, பெல்ஜியம், டென்மார்க், சைப்ரஸ் தீவுகள், போஸ்னியா, ஸ்லோவேக்யா, க்ரீஸ், உக்ரைன், ருமேனியா, லித்துவேனியா.

ஆஸ்திரேலியா: கண்டம் முழுவதும்.

பெரும்பாலான தீவிரவாத இயக்கங்கள், தனக்கு வேண்டிய சில தேசங்களில் மட்டும் தன்னுடைய கிளையை நிறுவிவிட்டு, மற்ற இடங்களில் அங்கே ஏற்கெனவே உள்ள இயக்கங்களின் உதவியுடன் தான்

செய்ய நினைக்கும் நாசகாரியங்களைச் சாதிக்கும் வழக்கம் கொண்டவை.

உதாரணமாக, அல் காயிதாவுக்குக் கிழக்காசிய நாடுகளில் ஏதாவது தீபாவளி கொண்டாட வேண்டியிருக்குமானால் தன்னுடைய ஒரு சில ஆள்களை அங்கே அனுப்பும். மற்ற உதவிகள் அனைத்தையும் பிலிப்பைன்ஸிலும் தாய்லாந்திலும் இந்தோனேஷியாவிலும் கொடி கட்டிப் பறக்கும் ஜமா இஸ்லாமியா என்கிற வேறொரு அமைப்பின் மூலம் பெற்றுக்கொண்டுவிடும். பாகிஸ்தானிலோ, இந்தியாவிலோ ஒரு காரியம் ஆகவேண்டுமென்றால் லஷ்கர்-எ-தொய்பாவையோ, ஹர்க்கத் அல் முஜாகிதீனையோ கூப்பிட்டுச் சொல்லிவிட்டால் போதும். அவர்கள் அல் காயிதாவின் ஏஜெண்டுகளாகச் செயல்பட்டு வேலையை முடித்துக் கொடுத்துவிடுவார்கள்.

இதற்குப் பிரதி உபகாரமாக இத்தகைய இயக்கங்களுக்கு அல் காயிதா தன்னாலான நிதி மற்றும் ஆயுத உதவிகளைத் தொடர்ந்து செய்துவரும். அவற்றைவிட முக்கியமாக, ஆப்கன் காடுகளில் இந்த இயக்கத்தைச் சேர்ந்த போராளிகளுக்குப் போர்ப்பயிற்சி அளிப்பார்கள்.

ஹிஸ்புல்லா, இந்த விஷயத்தில் சற்று வேறு மாதிரியான எண்ணம் கொண்ட இயக்கம். தனக்கு சாத்தியமுள்ள அத்தனை தேசங்களிலும் தன்னுடைய கிளை இருக்கவேண்டும் என்பதுதான் ஹிஸ்புல்லாவின்எண்ணம்.அப்படிஆரம்பிக்கப்பட்டு செயல்படத் தொடங்கும் கிளைகள், ஆங்காங்கே உள்ள பிராந்திய சிறு இயக்கங்களுக்குத் தம்மாலான அத்தனை உதவிகளையும் செய்யும். ஹிஸ்புல்லாவின்

சித்தாந்தத்துடன் முரண்படாத எந்த ஒரு இயக்கமும் நேரடியாக அவர்களை அணுகி உதவி கேட்கலாம். உடனடியாகக் கிடைக்கும். ஆள் வேண்டுமென்றால் ஆள். ஆயுதம் வேண்டுமென்றால் ஆயுதம். ஐடியா வேண்டுமென்றால் ஐடியா.

ஹிஸ்புல்லாவின் சர்வதேசப் பிரிவின் பொறுப்பாளரான இமத் ஃபயாஸ் மக்னியா உருவாக்கிவைத்த நடைமுறை இது. ஹிஸ்புல்லாவின் சரித்திரத்தில், அவர்கள் பிற இயக்கங்களின் உதவியுடன் செய்த நாசவேலைகள் என்பது மிக மிகச் சொற்பமே. ஹிஸ்புல்லாவின் உதவியுடன் பிறர் நடத்திய தீவிரவாதச் செயல்கள்தான் அதிகம்.

அடிப்படையில் ஹிஸ்புல்லாவுக்குத் தெற்கு லெபனானில்தான் பிரதானமான ஜோலி என்கிறபடியால், தனது சர்வதேச நெட் ஒர்க்கின் பணியே பிறருடன் நல்லுறவு பேணுவதுதான் என்று தீர்மானித்தது ஹிஸ்புல்லா. ஆயுதம் மற்றும் பணத் தேவைகளுக்கு இந்தக் கிளைகள் உதவுகின்றனவே தவிர, பெரும்பாலும் நேரடி நடவடிக்கைகள் என்று லெபனானுக்கு வெளியே ஏதும் செய்யமாட்டார்கள். சில சந்தர்ப்பங்களில் கடத்தல் காரியங்களை வெற்றிகரமாக நடத்திமுடிக்க மட்டுமே ஹிஸ்புல்லாவின் சர்வதேசக் கிளைகள் அழைக்கப்பட்டிருக்கின்றன.

**உதவும் நாடுகள்:**

ஹிஸ்புல்லாவுக்கு உதவி செய்யும் நாடுகள் மூன்று. லெபனான், சிரியா, ஈரான். உதவி என்றால் பண உதவி மட்டுமே அல்ல. உதாரணமாக, ஹிஸ்புல்லாவின் ஆன்மிகத் தளமாகவும், சித்தாந்த ரீதியில் எப்போதும் ஹிஸ்புல்லா போராளிகளை வலுவாக

வைத்திருப்பதற்கும் ஈரான் செய்யும் உதவிகள், அது செய்யும் பண உதவிகளைக் காட்டிலும் பெரிது.

உலகின் மாபெரும் ஷியா தேசமான ஈரான், ஹிஸ்புல்லாவைத் தான் பெறாத பிள்ளை போலவே வளர்க்கிறது. ஈரானில் நடைபெறும் அனைத்து ஆன்மிக மாநாடுகளிலும் ஹிஸ்புல்லாவின் பிரதிநிதிகள் தவறாமல் கலந்துகொள்வார்கள். பயிற்சி பெற்ற ஹிஸ்புல்லா போராளிகளுக்கு ஈரானில்தான் எப்போதும் 'உயர்கல்வி' வழங்கப்படும். ஒவ்வொரு ஹிஸ்புல்லா போராளியும் ஈரானில் உள்ள மதப்பெரியவர்களின் கைகளால் தங்கள் முதல் ஆயுதத்தைப் பெறுவதைத்தான் பெருமையாகக் கருதுகிறார்கள்.

அடுத்தது சிரியா. ஹிஸ்புல்லாவுக்கு இலக்குகளை நிர்ணயித்துத் தருவது சிரிய அரசாங்கம்தான். சிரியாவின் உளவுத்துறையில் இதற்கென்றே தனிப்பிரிவு உண்டு. இஸ்ரேலை மட்டுமே எப்போதும் குறிவைக்கும் ஹிஸ்புல்லா, எங்கெங்கிருந்து தனது தாக்குதலைத் தொடங்கலாம், எப்படி முன்னேறலாம், எங்கு என்ன தடைகள் இருக்கும், இஸ்ரேலியப் படையின் பலம், அவர்களது உத்தேச செயல்திட்டம் போன்றவற்றைக் கண்டறிந்து சொல்வது இவர்களது முக்கியப் பணி.

தேவைப்படும்போது ஹிஸ்புல்லா போராளிகள் சிரியாவின் தெற்கு எல்லை வழியாக இஸ்ரேலுக்குள் நுழையவும் சிரிய அரசாங்கம் அனுமதி அளித்திருக்கிறது. அத்தகைய சமயங்களில் எல்லைப்புறங்களில் முகாம் அமைத்துத் தங்கவோ, பயிற்சி அளிக்கவோ எந்தத் தடையும் இருக்காது. மற்ற நேரங்களில் ஹிஸ்புல்லா சிரியாவுக்குள்

அனுமதியின்று நுழைவதே இல்லை. இது அவர்களுக்குள் எழுதப்படாத ஒப்பந்தம்.

இந்த ஒப்பந்தத்தை இன்றுவரை ஹிஸ்புல்லா கடைபிடித்துவருவதால்தான் சிரியா அவர்களுக்கு அளித்துவரும் ஆதரவும் ஆயுத உதவியும்கூடத் தடையின்றிக் கிடைத்துவருகிறது.

மூன்றாவதாக, ஹிஸ்புல்லாவின் தாயகமான லெபனான். இதைப் பற்றி விளக்கவே வேண்டாம் இல்லையா? தெற்கு லெபனானின் காவல் காக்கும் ஐயனார் என்கிற அந்தஸ்து அங்கே ஹிஸ்புல்லாவுக்கு இருக்கிறது. தனது ஒவ்வொரு தாக்குதல் திட்டத்தையும் ஹிஸ்புல்லா தவறாமல் லெபனான் அரசிடம் நேரடியாகவோ, மறைமுகமாகவோ சொல்லாமல் இருப்பதில்லை. லெபனான் அரசால் பெரிய அளவில் சிரியாவைப் போலவோ, ஈரானைப் போலவோ அவர்களுக்கு உதவமுடியாது என்றாலும், உபத்தரவமின்றிச் செயல்பட ஒத்துழைப்பது ஒன்றே போதும் என்று முடிவு செய்துவிட்டது ஹிஸ்புல்லா.

ஆனால் அறிக்கை அளவில் லெபனான் அரசாங்கம் தான் ஹிஸ்புல்லாவை ஆதரிப்பதில்லை என்றே தொடர்ந்து சொல்லிவருகிறது. சமீபத்திய 2006 யுத்தத்தின் தொடக்கத்தின்போதும், 'ஹிஸ்புல்லாவின் இந்த திடீர் நடவடிக்கை எனக்குத் தெரியாது' என்றே சொன்னார்கள். இப்படிச் சொல்வதால் யாருக்கும் எந்த நஷ்டமும் இல்லை; யாரும் நம்பப்போவதும் இல்லை என்பதால் ஹிஸ்புல்லா தலைமையும் இதையெல்லாம் ஒரு பெரிய விஷயமாக எடுத்துக்கொள்வதில்லை.

**ஹிஸ்புல்லா - நிர்வாக அடுக்கு:**

ஹிஸ்புல்லாவின் நிர்வாக அமைப்பு முறையை இதர தீவிரவாத அமைப்புகள் எதனுடனும் ஒப்பிடமுடியாது. மிகவும் தீர்க்கமாகத் திட்டமிடப்பட்டு, எந்தக் கட்டத்திலும் ஒரு சிறு பிரச்னை கூட ஏற்பட்டுவிடாதபடி அடுக்கடுக்காக உயர்ந்துகொண்டே போகும் அமைப்புமுறை அது.

இயக்கத்தின் கட்டக்கடைசிப் போராளி ஒருத்தனின் செயல்பாட்டைக்கூட செகரட்டரி ஜெனரல் நஸ்ருல்லா விரும்பினால் நேரடியாக கவனிக்க முடியும். வேண்டாதபோது ஜன்னலை இழுத்து மூடுவது போல மூடிவிட்டு வேறு வேலையைப் பார்க்கப் போய்விடலாம்.

நஸ்ருல்லாவுக்கு அடுத்தபடியாக துணை செகரெட்டரி ஜெனரலாக ஒருவர் இருக்கிறார். அவர் பெயர் ஷேக் நயீம் காசிம் *(Sheik Naim Qassem)*. இவரைப் பற்றி அதிகத் தகவல்கள் இதுவரை வெளிவந்ததில்லை. நஸ்ருல்லா பங்குபெறும் அத்தனை மீட்டிங்குகளிலும் இவரும் உடனிருப்பார். இயக்கத்தின் இரண்டாவது பெரும் தலைவர் என்றபோதும் அன்பழகன், ஓ.பன்னீர்செல்வம் போலவே எப்போதும் அமைதி காப்பது இவரது ஸ்டைல்.

இந்த இரண்டு பேருக்கும் அடுத்தபடியாக முடிவெடுக்கும் குழு என்றொரு அமைப்பு *(Decision Making Council)* வருகிறது. செயல் திட்டக் குழு, நீதிக் குழு, அரசியல் குழு, அரசியல் ஆலோசனைக் குழு, ஜிஹாத் குழு ஆகிய ஐந்து குழுக்களைச் சேர்ந்த தலைவர்கள் ஐந்து பேரும் இந்த முடிவெடுக்கும் குழுவின் உறுப்பினர்களாக வருவார்கள். *(யார் யார் என்கிற விவரத்தை வரைபடத்தில் பார்க்கவும்.)*

இதில் நாம் ஏற்கெனவே பார்த்த இமத் ஃபயாஸ் மக்னியாவுக்கு (ஜிஹாத் குழுவின் தலைவர்) மட்டும் கொஞ்சம் மவுசு அதிகம். அவரது தலைக்கு அமெரிக்கா உள்பட பல்வேறு தேசங்கள் பல லட்சம் டாலர் விலை வைத்திருப்பது மட்டும் காரணமல்ல. நஸ்ருல்லாவுக்குப் பிறகு ஹிஸ்புல்லாவே அவரது கட்டுப்பாட்டின் கீழ் வரும் என்றொரு பேச்சு இருக்கிறது. ஒரு போராளி இயக்கத்தின் செயல்பாடுகள் அனைத்தின்மீதும் அவருக்கு உள்ள ஆளுமையே இந்த அந்தஸ்தைப் பெற்றுத்தந்திருக்கிறது.

இந்த ஐந்து குழுக்களின் கட்டுப்பாட்டில் பல்வேறு பிரிவுகள் வரும்படி அமைக்கப்பட்டிருக்கிறது. உதாரணமாக, வெளியுறவுத் துறையும், கிருத்தவ அமைப்புகளோடு உறவு பராமரிக்கும் துறையும் அரசியல் பிரிவுக்குள் அடக்கம்.

லெபனான் பாராளுமன்றத்துக்குச் செல்லும் ஹிஸ்புல்லாவின் எம்பிக்கள் அனைவரும் இந்த அரசியல் குழுவின் தலைமைக்குக் கட்டுப்பட்டே இயங்குவார்கள்.

செயல்திட்டப் பிரிவு என்பது தெற்குப் பிரிவு, பேக்கா பள்ளத்தாக்குப் பிரிவு, பெய்ரூத் பிரிவு என்று மூன்று இடங்களில் பிரிந்து இயங்குவது. கல்வி நிலையங்கள் நடத்தும் பிரிவு, தொழிற்சங்க நடவடிக்கைகளை கவனிக்கும் பிரிவு, சமூக, கலாசார நடவடிக்கைகளை மேற்பார்வை பார்க்கும் பிரிவுகள் ஆகியவை இந்த அணியில் வரும்.

நீதிக் குழு, அரசியல் ஆலோசனைக் குழு இரண்டும் வேறு கிளைகள் இல்லாமல் நேரடியாக செகரெட்டரி ஜெனரலின் கீழ் தனித்து இயங்கும்.

இறுதியாக ஜிஹாத் பிரிவு எனப்படும் ராணுவப் பிரிவு. ஆயுதம் வாங்குவது, பராமரிப்பது, போர்த்திட்டங்கள் வகுப்பது, போர்க்களத்தில் செயல்பாடுகளைக் கண்காணிப்பது, வெளிநாட்டு இயக்கங்களுடனான தொடர்புகளை பலப்படுத்துவது, லெபனானுக்கு வெளியே தாக்குதல் திட்டங்களை மேற்கொள்வது, அதற்காக ஹிஸ்புல்லாவின் பிற தேசத்துக் கிளைக ளுடன் தொடர்பு கொண்டு திட்டம் வகுத்தளிப்பது என்று ஏகப்பட்ட காரியங்களைச் செய்யும் குழு இது.

இந்த அனைத்துக் குழுக்களும் நேரடியாக நஸ்ருல்லா வுக்கு ரிப்போர்ட் செய்யும் என்கிறபடியால் எந்த மூலையில் என்ன பிரச்னை என்றாலும் அடுத்த வினாடி விஷயம் தலைமைக்கு வந்துவிடும். ஆனால் அனைத்துப் பிரச்னைகளிலும் நஸ்ருல்லா ஆலோசனை சொல்வதில்லை. அந்தந்தக் குழுத் தலைவர்களின் பொறுப்பு அது. ஆனால் தகவல் அளித்துவிடவேண்டியது அவசியம். குழுத் தலைவர்களால் தீர்க்கமுடியாதபோது, முடிவெடுக்கும் பொதுக்குழுவுக்குப் பிரச்னை கொண்டுவரப்படும். அங்கும் பிரச்னை என்றால்தான் நஸ்ருல்லா தீர்ப்பளிப்பார்.

ஹிஸ்புல்லாவில் உள்ள அத்தனை முக்கியத் தலைவர்களும் நன்கு படித்தவர்கள். மதக்கல்வி மட்டுமல்லாமல் பெரும்பாலானவர்களுக்குத் தொழில்நுட்ப அறிவு அதிகம். கையில் ஒரு லேப்டாப் இல்லாமல் இவர்களில் யார் ஒருத்தரையும் பார்க்கவே முடியாது. ஒவ்வொரு தாக்குதல் திட்டத்துக்கும் மிகத் தெளிவான ப்ளூ ப்ரிண்ட் தயாரித்து, அங்குலம் அங்குலமாக அலசி ஆராயமல் ஹிஸ்புல்லா இறங்குவதே இல்லை.

மிக மிக நெருக்கடியான சமயம்; உடனடியாக பதில் தாக்குதல் தொடுத்தாக வேண்டும் என்கிற நிலைமை வந்தால் கூட அவசரத்தோடு அவசரமாக ஒரு ஐந்து நிமிடம் உட்கார்ந்து திட்டத்தை எழுதி மேலிடத்துக்கு அனுப்பி சம்மதம் பெறாமல் அங்கே ஒரு கொசு கூடத் துப்பாக்கி தூக்காது.

இப்படி அவசரகாலப் பிரச்னைகளுக்கென்று, உடனடித் தகவல் பரிமாற்றத்துக்காகத் தனியொரு செயல்வீரர் குழு ஹிஸ்புல்லாவில் இருக்கிறது. இந்தக் குழு மேற்சொன்ன ஐந்து குழுக்களுள் எது ஒன்றன் கட்டுப்பாட்டிலும் வராது. மாறாக, யுத்த களத்தில் இருக்கும் வீரர்களுக்கும் இயக்கத் தலைமைக்கும் நேரடித் தொடர்புப் பாலமாக இது செயல்படும். ஹிஸ்புல்லாவின் ஒவ்வொரு படைப்பிரிவிலும் இந்த செயல்வீரர் குழுவின் உறுப்பினர்கள் சிலர் எப்போதும் தயாராக இருப்பார்கள். சாட்டிலைட் போன், மொபைல் போன், பேஜர், வயர்லெஸ் இண்டர்நெட் சௌகரியங்கள் இவர்களிடம் உண்டு.

இந்த நவீன தொழில்நுட்பங்கள் அத்தனையுமே சொதப்பினாலும் கண்ணிமைக்கும் நேரத்தில் தலைமைஅலுவலகத்துக்குஓடிச்சென்றுவிஷயத்தைச் சொல்லவோ, கட்டளை பெறவோகூட வசதி உண்டு. லெபனானின் தெற்கு எல்லையில் ஒவ்வொரு முன்னூறு மீட்டர் தொலைவுக்கும் ஒரு ஹிஸ்புல்லா தகவல் தொடர்பகம் உண்டு. அப்பழுக்கில்லாத ஆபீசாகத்தான் அது இருக்கவேண்டும் என்கிற அவசியமில்லை. ஒரு சாதாரண டீக்கடைக்காரராகக் கூட இருப்பார். தகவல் சொன்னால் போதும், அடுத்த முன்னூறு மீட்டர் தொலைவில் இருக்கும் இன்னொரு கசாப்புக் கடைக்காரருக்கு அவர் சைக்கிள் எடுத்துப் போய்ச் சொல்லிவிடுவார். அவர் இன்னொரு

முன்னூறு மீட்டர் போய் வேறொரு லாரி க்ளீனரிடம் சொல்வார்.

தெற்கு லெபனானில் வசிக்கும் ஒவ்வொரு குடும்பத்திலும் யாரோ ஒருவருக்கு ஹிஸ்புல்லாவின் தொடர்பு கண்டிப்பாக இருக்கும். அவர் நேரடி ஹிஸ்புல்லாக்காரராக இருந்தாக வேண்டுமென்ற அவசியமே இல்லை. அனுதாபியாக இருந்தால் கூடப் போதும்.

ஹிஸ்புல்லா அவர்களுக்கு அத்தனை செய்திருக்கிறது.

**ஆயுத பலம்:**

சில விமானக் கடத்தல் சம்பவங்களின்போதும் ஆள் கடத்தல் வைபவங்களின்போதும் ஹிஸ்புல்லா போராளிகள் பிணைக் கைதிகளுடன் போட்டோ எடுத்து மீடியாவுக்குக் கொடுப்பார்கள். அந்தப் புகைப்படங்களில் அவர்கள் தோளில் ஏந்தி நிற்கும் ஆயுதங்களைப் பார்த்து அமெரிக்கா, பிரிட்டன், இஸ்ரேல் போன்ற தேசங்கள் குலை நடுங்கும்.

காரணம், அவை எல்லாம் பெரும்பாலும் அந்தந்த நாடுகளின் தயாரிப்பு. பல சந்தர்ப்பங்களில் அமெரிக்கா புழக்கத்துக்கே விட்டிராத ஆயுதங்களெல்லாம் ஹிஸ்புல்லா போராளிகளின் கையில் இருக்கும். எப்படி இது சாத்தியம்?

ஆயுதக் கொள்ளை என்பது ஹிஸ்புல்லாவைப் பொறுத்தவரை ஒரு புனிதமான காரியம். எதற்காகக் கொள்ளை அடிக்கிறோம்? நச்சு சக்திகளை வீழ்த்துவதற்குத்தானே? தப்பே இல்லை என்று சொல்லிவிடுவார்கள். அல் காயிதாவில் இந்தக் கொள்ளை நடவடிக்கை கிடையாது. ஆனால்

ஹிஸ்புல்லா ஆத்மசுத்தியுடன் அதை இன்றுவரை இடைவிடாமல் செய்துவருகிறது.

ஆனால் ஹிஸ்புல்லாவின் ஆயுத 'பலத்துக்கு' இது மட்டும் காரணமல்ல. ஆயுத மார்க்கெட்டைக் கூர்ந்து கவனிப்பதற்கும், பேரம் பேசி வாங்குவதற்கும் ஹிஸ்புல்லாவின் ஜிஹாத் குழுவிலேயே தனியொரு மார்க்கெடிங் பிரிவு உண்டு. உலகெங்கும் எங்கெங்கெல்லாம் கறுப்பு மார்க்கெட் இருக்கிறது, எந்த ஊர் சரக்கு நல்ல சரக்கு, எது சொதப்பல் சரக்கு என்பதெல்லாம் இவர்களுக்கு அத்துப்படி.

பொதுவாக ஆயுதங்களை, கத்திரிக்காய் வாங்குவது போல் வாங்கிவிட முடியாது. ஓரளவு ஆயுதப் பரிச்சயமும் தேர்ச்சியும் உள்ளவர்களே கூட சமயத்தில் ஏமாந்துவிடும் அபாயம் உண்டு.

அல் காயிதா சூடானில் இருந்து செயல்பட்டுக் கொண்டிருந்த காலத்தில் ஒரு சம்பவம் நடந்தது. சூடான் அரசு அதிகாரி ஒருவர், தன்னிடம் அணு குண்டு தயாரிப்பதற்குத் தேவையான உயர் ரக யுரேனியம் இருக்கிறது என்றும், தேவைப்பட்டால் அல் காயிதா அதை விலைகொடுத்து வாங்கிக்கொள்ளலாம் என்றும் ஒசாமா பின்லேடனுக்குத் தகவல் அனுப்பினார்.

ஓர் அரசு அதிகாரியிடம் யுரேனியம் எப்படி இருக்கும் என்றெல்லாம் சூடான் விஷயத்தில் கேட்கவே கூடாது! சூடானில் வசிப்பவர்களிடம் பணம்தான் இருக்காது. மிச்ச எல்லாம் எவ்வளவு வேண்டுமானாலும் இருக்கும்.

சரி, யுரேனியம் கிடைக்கிறதே, அணு ஆயுதம் தயாரித்து அமெரிக்காவை ஒரே பாமில் ஒழித்துவிடலாம் என்று

முடிவு செய்த அல் காயிதா தலைமை, தனது ஆயுதப் பிரிவின் அதிகாரிகளை சம்பந்தப்பட்ட சூடான் அதிகாரியிடம் அனுப்பியது.

ஒரு கொடோனுக்கு அழைத்துச் சென்று ஒரு பெரிய கண்டெயினரைக் காட்டினார்கள். ‘இதுதான் நான் சொன்ன யுரேனியம். வாங்கிக் கொள்கிறீர்களா?’ என்றார் அந்த அதிகாரி.

அல் காயிதாவின் மார்க்கெடிங் ஆபீசர்கள் அந்த யுரேனியத்தை அவர்களால் முடிந்த அளவுக்குப் பரிசோதித்துவிட்டு, ஏகப்பட்ட மில்லியன் டாலர் பணம் கொடுத்து வாங்கிக்கொண்டு போய்விட்டார்கள்.

பிறகு அதை ஆராய்ச்சி சாலைக்குக் கொண்டுபோய் வேலையைத் தொடங்கலாம் என்று நினைத்தால் -

யுரேனியம்தான் அது. ஆனால் ஒரு கடலைமாவின் சத்துதான் அதற்கு இருந்தது! அதாவது மிகவும் மட்டரகமான யுரேனியம். அணு ஆயுதம் தயாரிக்கத் தேவையான செறிவூட்டப்பட்ட யுரேனியம் இல்லை அது.

வருந்தி என்ன பிரயோஜனம்? போன பணம் போனதுதான்.

ஹிஸ்புல்லா, ஆயுதம் வாங்குகிற விஷயத்தில் மிக மிக ஜாக்கிரதையான இயக்கம். குறிப்பாக அல் காயிதாவுக்கு நேர்ந்த, மேற்சொன்ன சம்பவம் குறித்துக் கேள்விப்பட்டதிலிருந்து தனியொரு ஆயுத ஆராய்ச்சிப் பிரிவையே ஹிஸ்புல்லா உருவாக்கியது.

இந்தப் பிரிவில் இருப்பவர்கள் போர் வீரர்கள் அல்லர். அவர்களுக்குத் துப்பாக்கியால் குறிபார்க்கத்

தெரியாது. ஆனால் ஒரு துப்பாக்கியைக் கொடுத்தால் பார்ட் பார்ட்டாகக் கழட்டி, குடைந்து நோண்டி எடுத்துவிடுவார்கள். ஆயுதமாகப் பயன்படும் ரசாயனங்களின் தன்மை, வீரியம், கலவை விகிதம் போன்றவற்றைத் துல்லியமாக அறிந்தவர்கள். ஒரு குண்டைக் கையில் தூக்கிப் பார்த்த மாத்திரத்தில் தரத்தைச் சொல்லிவிடக் கூடிய விற்பன்னர்கள். அத்தனை பேரும் வேதியியல் மற்றும் இயந்திரவியல் மாஸ்டர்கள். பெரும்பாலும் ராணுவக் கல்லூரிகளில் படித்தவர்கள்.

பெய்ரூத்துக்கு வடக்கே சுமார் நூறு கிலோ மீட்டர் தொலைவில் அல் ஜுதைதா *(Al judaydah)* என்ற இடத்தில் இருக்கும் ஹிஸ்புல்லாவின் ஆயுதப் பரிசோதனை அலுவலகம், எந்த ஒரு சாஃப்ட்வேர் நிறுவன அலுவலகத்துக்கும் சளைத்ததல்ல. அங்கே வேலை பார்ப்பவர்கள், ஒரு தீவிரவாத இயக்கத்தின் ஊழியர்கள் என்று சொன்னால் யாருமே நம்பமாட்டார்கள். இன் செய்து, டை கட்டி, சாண்ட்விச் கடித்துக்கொண்டு, கால் மேல் கால் போட்டு நுனி நாக்கு ஆங்கிலத்தில் பேசும் ஆள்கள் அவர்கள். ஆனாலும் செய்கிற வேலை அப்படிப்பட்டது. யாருக்குச் செய்கிறோம் என்பதில் பெருமிதமடையும் நபர்கள்.

இன்றைய தேதியில் ஹிஸ்புல்லாவிடம் இருக்கும் ஆயுதங்களை ஆறு இனங்களாகப் பிரிக்கலாம்.

1. *Mortars* என்று சொல்லப்படும் இலேசுரகத் துப்பாக்கிகள். இதைத் தோளில் வைத்தும் இயக்கலாம். ஒரு ஸ்டாண்ட் போட்டு நிறுத்தியும் பயன்படுத்தலாம். 82 எம்.எம்., 120 எம்.எம்., 160 எம்.எம் என்று மூன்று அளவுகளில் கிடைக்கும் இந்த

ஆயுதம், ஹிஸ்புல்லாவிடம் மொத்தம் சுமார் நூறு இருக்கிறது என்று அமெரிக்கா ஒரு புள்ளிவிவரம் தருகிறது. ஆனால் இந்தத் துப்பாக்கிகளுக்கான குண்டுகள் பல்லாயிரக்கணக்கில் இருக்கின்றன.

2. ராக்கெட் லாஞ்சர்கள். 107 எம்.எம்., 122 எம்.எம் என்று இரு ரகங்களாகச் சுமார் ஐம்பது ராக்கெட் லாஞ்சர்கள். இந்த லாஞ்சர்களைப் பயன்படுத்தி ஹிஸ்புல்லா பல்வேறு விதமான ராக்கெட்டுகளை இஸ்ரேலிய இலக்குகளின் மீது செலுத்துகிறது. அந்த ராக்கெட்டுகளின் எண்ணிக்கை குறித்த கணக்கு வழக்கு ஏதுமில்லை. எப்படியும் ஒரு ஐம்பதாயிரம் ராக்கெட்டுகள் வைத்திருப்பார்கள் என்று குத்துமதிப்பாகச் சொல்கிறார்கள்.

3. Recoilless guns. என்றால், பீரங்கிகளைத் தாக்கி அழிக்கக் கூடிய லேசு ரக 'தோள்பீரங்கி' என்று சொல்லலாம். உள்ளே மேட்டரை அடைத்துச் செலுத்தினால் ஊரைச் சுற்றாமல் நேராகப் போய் பீரங்கிகளைத் தாக்கி அழித்துவிடும். சுமார் 1300 மீட்டர் வரை சென்று தாக்கக்கூடிய இந்த ஆயுதம் சுமார் 25 ஹிஸ்புல்லாவிடம் இருக்கிறது.

4. பீரங்கிகள்: 122, 130, 155 எம்.எம். அளவுகளில் சுமார் ஐம்பது. இதற்கான வெடிபொருளுக்குக் கணக்கே கிடையாது. சுமார் பதினொன்றிலிருந்து இருபத்திநான்கு கிலோ மீட்டர் வரை துல்லியமாகப் பயணம் செய்து இலக்கைத் தாக்கக்கூடிய உயர் ரக பீரங்கிகள் இவை. லெபனானின் எல்லையிலிருந்து இஸ்ரேலிய கிராமங்களைக் குறிவைத்து, குடியிருப்புப் பகுதிகளின் மீது தாக்குதல் நடத்தும்போது மட்டும் ஹிஸ்புல்லா இந்த ரக பீரங்கிகளைப் பயன்படுத்துகிறது.

5. பீரங்கி எதிர்ப்பு ஏவுகணைகள் *(Antitank Missiles). Sagger, Millan, Fagot, Tow* என்று நான்கு வெவ்வேறு ரகத்தில் இத்தகைய ஏவுகணைகள் பல நூற்றுக்கணக்கில் ஹிஸ்புல்லாவிடம் இருக்கின்றன. இவை அனைத்துமே ஆயிரத்திலிருந்து மூவாயிரம் மீட்டர் தொலைவு சென்று தாக்கக் கூடியவை.

6. விமான எதிர்ப்பு ஏவுகணைகள். இது ஹிஸ்புல்லாவிடம் அதிகம் கிடையாது. *SA-7* என்கிற ஒரு சுமாரான ஏவுகணை மாடலில் நாலோ ஐந்தோ மட்டும் வைத்திருக்கிறார்கள். இவை சுமார் ஒன்றரை கிலோ மீட்டர் உயரத்தில் பறக்கும் விமானங்களை மட்டுமே அழிக்கும். இந்த ரக விமானஎதிர்ப்பு ஏவுகணைகள்ஹிஸ்புல்லாவிடம் அதிகம் இல்லாத காரணத்தினால்தான் இஸ்ரேல் பெரும்பாலும் தனது விமானப்படையையே லெபனானுக்குள் அனுப்பி குண்டு போடுகிறது.

இவை தவிர சாதாரணத் துப்பாக்கிகள் பல்லாயிரக் கணக்கிலும் கையெறி குண்டுகள் லட்சக்கணக்கிலும் கண்ணிவெடிகள் சில ஆயிரக்கணக்கிலும் ஹிஸ்புல்லாவிடம் உண்டு.

தனது ஆயுதங்களைப் பராமரிப்பதில் ஹிஸ்புல்லா மிகுந்த கவனமுடன் செயல்படுகிறது. ஏக்ர், ஹைஃபா, ஜெஃபாத், அஃபூலா, ஹதேரா ஆகிய இடங்களில் உள்ள ஹிஸ்புல்லாவின் ஆயுதக் கிடங்குகளைச் சுற்றிலும் சுமார் ஐந்து கிலோமீட்டர் தொலைவு வரை ஒரு ஈ, கொசு கூட நெருங்கமுடியாது. யாரும் உள்ளே வரத் தடை செய்யப்பட்ட இடம் என்று போர்டு போட்டே ஆயுதம் பாதுகாக்கும் அமைப்பு அது.

**நண்பர்கள்:**

ஹிஸ்புல்லாவின் தோழமை இயக்கங்கள் என்னென்ன என்கிற கேள்வியைச் சற்றே மாற்றிக் கேட்க முடியுமானால் - ஹிஸ்புல்லா நட்பு கொள்ளாத இயக்கங்கள் எவை என்று - விடை கண்டுபிடிப்பது சுலபமாக இருக்கும்.

உலகில் இன்றுவரை மிகத் தீவிரமாகச் செயல்பட்டுக் கொண்டிருக்கும் அத்தனை தீவிரவாத முஸ்லிம் அமைப்புகளுடனும் ஹிஸ்புல்லாவுக்குத் தொடர்புகளும் நெருக்கமும் உண்டு. ஹிஸ்புல்லா தலைமை இன்றுவரை திரும்பிக்கூடப் பார்த்திராத தேசங்களில் கூட (உதாரணம் இந்தியா) ஒரு சில இயக்கங்கள் ஹிஸ்புல்லாவிடம் போர்ப் பயிற்சி பெற்றிருக்கின்றன.

ஆப்கனிஸ்தானில் ரஷ்யப்படைகள் ஊடுருவிய எண்பதுகளின் தொடக்க வருடங்களில் உலகம் முழுவதிலுமிருந்து ஏராளமான முஸ்லிம்கள், ஆப்கன் யுத்தத்தில் பங்குபெறுவதை ஒரு புனிதப் பணியாகக் கருதி அங்கே சென்றார்கள். அதற்கு முன் ஆயுதம் எதையும் கண்ணால் கூடப் பார்த்திராத சாதாரண மக்கள்.

அவர்களுக்கெல்லாம் ஆப்கன் - பாகிஸ்தான் எல்லையோர வனப் பகுதிகளில் ஒசாமா பின்லேடனும் வேறு சில ஆப்கன் போராளிக் குழுத் தலைவர்களும் போர்ப்பயிற்சி அளித்துக்கொண்டிருந்தார்கள். (அப்போது அல் காயிதா என்கிற இயக்கமே உருவாகியிருக்கவில்லை.)

கட்டுக்கடங்காத அளவுக்கு ஆள்கள் வரத்தொடங்கிய போது, அத்தனை பேருக்கும் போர்ப்பயிற்சி

அளிக்கத் திணறிய ஆப்கன் போராளித் தலைவர்கள், கொத்துக்கொத்தாக அவர்களில் பலரை லெபனானுக்கு அனுப்பினார்கள். லெபனானில் இருந்தும் பலபேர் ஆப்கனுக்கு வந்து தம்மாலான பயிற்சிகளை வழங்கியதோடு மட்டுமல்லாமல், போர்முனையிலும் உடன் இருந்து வழிகாட்டியிருக்கிறார்கள்.

ஒரு வகையில் இன்றைய தீவிரவாத முஸ்லிம் அமைப்புகளில் பெரும்பாலானவை உற்பத்தியான இடம், தருணம் அனைத்துமே ஆப்கனிஸ்தான் யுத்தம்தான். யுத்தம் நடந்த காலகட்டத்தில் (1979ம் வருடம் தொடங்கி எண்பதுகளின் இறுதிவரை சுமார் பத்தாண்டுகள் இந்தப் போர் நீடித்தது. இறுதியில் ரஷ்யப்படைகளை ஆப்கன் போராளிகள் வென்று, விரட்டினார்கள்.) அவர்கள் அத்தனை பேரும் தனி நபர்கள். அல்லது குறிப்பிட்ட தேசஅடையாளத்தினை மட்டும் கொண்டவர்கள்.

யுத்தத்துக்குப் பிறகு, அதில் அடைந்த பிரமிக்கத்தக்க வெற்றிக்குப் பிறகுதான் ஓர் அமைப்பாகச் செயல்படலாம் என்கிற ஆசையே அவர்களுக்கு வந்தது. அல் காயிதா என்கிற அமைப்பை நிறுவும் எண்ணம் ஒசாமா பின்லேடனுக்கு ஏற்பட்டதற்கான காரணமே ஆப்கன் யுத்தத்தில் அடைந்த வெற்றிதான். அதற்கு முன்வரை 'ஆப்கன் சர்வீஸ் ப்யூரோ' என்கிற பெயரில்தான் ஒசாமா&கோ இயங்கிக்கொண்டிருந்தது. அப்போதைய ஒசாமாவின் பார்ட்னர் டாக்டர் அப்துல்லா அசம் (ஜோர்டன் குடியுரிமை பெற்ற பாலஸ்தீனியர் இவர். ஒரு காலத்தில் மிகவும் புகழ்பெற்ற பாலஸ்தீன் போராளி இயக்கத் தலைவரும் கூட. யாசிர் அரஃபாத்துடன் கருத்து வேற்றுமை ஏற்பட்டு,

விலகியவர்.) உலகம் முழுவதிலுமிருந்து ஆள்களைத் திரட்டி அனுப்பிக்கொண்டே இருப்பார். ஓசாமா அவர்களுக்கெல்லாம் போர்ப்பயிற்சி அளித்து, போர்முனைக்கு அனுப்பிக்கொண்டே இருப்பார்.

தனியொரு தீவிரவாத இயக்கமாக அந்தக் காலகட்டத்தில் இவர்களில் யாருமே அடையாளம் காணப்படாத காரணத்தால், தேச எல்லைகள் கடந்து அத்தனை பேரிடமும் ஒரு சகோதரப் பிணைப்பு இருந்தது. ஏனெனில் அனைவருமே தமக்கு சம்பந்தமில்லாத ஆப்கனிஸ்தானுக்கு சுதந்தரம் பெற்றுத்தர வேண்டும் என்கிற எண்ணத்தில் வந்தவர்கள்தான்.

பின்னாளில் அல் காயிதாவை உருவாக்கிய ஓசாமா, பின்னாளில் ஜமா இஸ்லாமியாவை உருவாக்கிய ஹம்பாலி, பின்னாளில் ஹிஸ்புல்லாவின் தலைவரான நஸ்ருல்லா உள்ளிட்ட அத்தனை பேரும் அந்நாளில் ஆரம்பப் போராளிகள்தான். ஆகவே தொடர்பும் நெருக்கமும் அன்றே ஏற்பட்டுவிட்டது.

இதனால்தான், எப்படி அல் காயிதா ஒரு கண்ணசைத்தால் உலகின் அத்தனை மூலைகளிலும் உதவுவதற்கு ஆள் கிடைக்கிறதோ, அதே மாதிரி ஹிஸ்புல்லா ஒரு வார்த்தை சொன்னாலும் உடனடியாகச் செய்துமுடிக்க சர்வதேச முஸ்லிம் சமூகத்தில் அவர்களுக்கு அத்தனை போராளி இயக்கங்களிடையேயும் செல்வாக்கு உண்டு.

முஸ்லிம் இயக்கங்கள் தவிர ஒரு சில மதச்சார்பற்ற இடதுசாரி இயக்கங்களுடனும் ஹிஸ்புல்லாவுக்கு நெருக்கம் உண்டு. உதாரணமாக ஆர்மீனியன் சீக்ரட் ஆர்மி *(ASALA)*, வியட்நாம் தேசிய விடுதலை முன்னணி *(NFLV)*, ரெட் ப்ரிகேட் (இத்தாலி),

கொலம்பியப் புரட்சிகர ஆயுதப்படை *(FARC), Shining Path* (பெரு) ஆகியவை.

ஹிஸ்புல்லா இதுவரை போதைக் கடத்தலில் ஈடுபட்டதில்லை என்றபோதும் சில தென்னமெரிக்க போதைக் கடத்தல் நெட் ஒர்க்கின் தொடர்பு அவர்களுக்கு இருப்பதாக இஸ்ரேல் உளவுத்துறை மொசாட் ஒரு சில சந்தர்ப்பங்களில் சொல்லியிருக்கிறது. ஹிஸ்புல்லாவின் ஆயுதக் கடத்தல்களுக்கு இந்த நெட் ஒர்க் சில சந்தர்ப்பங்களில் பயன்பட்டிருக்கலாம் என்று யூகிக்கலாம். ஆனால் இது உறுதிசெய்யப்படாத தகவல் என்பதையும் சொல்லிவிட வேண்டும்.

## ௬

## தீவிரத்தின் தடங்கள்

ஹிஸ்புல்லாவின் ஜிஹாத் பிரிவின் நடவடிக்கைகளை மூன்று விதமாகப் பிரிக்கலாம். இஸ்ரேலுடனான நேரடி யுத்தம், இஸ்ரேல் ஆதரவு தேசங்களைபாதிக்கக்கூடிய கடத்தல் நடவடிக்கைகள், தற்கொலைப் படைத் தாக்குதல்கள்.

*1982*ம் வருடம் தொடங்கி, இன்றுவரை தொடரும் இந்தத் தாக்குதல்களைக் குறித்து விவரமாகப் பார்ப்பதன்மூலம், ஹிஸ்புல்லாவின் தீவிரம் எப்படிப் பட்டது என்பதைத் தெளிவாகப் புரிந்துகொள்ள முடியும்.

*1982*ம் ஆண்டுதான் இஸ்ரேல் முதல்முதலில் தெற்கு லெபனானுக்குள் ஊடுருவியது. அங்கே தங்கியிருந்த பாலஸ்தீன் விடுதலை இயக்கப் போராளிகளை ஒழிப்பதான பாவனையில் தெற்கு லெபனான் முழுவதையும் ஆக்கிரமித்தது.

அந்தப் பிராந்தியத்திலிருந்து இஸ்ரேலைத் துரத்துவதற்காகவே பிறந்த இயக்கம், ஹிஸ்புல்லா.

ஈரானிய புரட்சிகர ஷியா இயக்கங்களின் ஆதரவு மற்றும் போஷாக்குடன் தோற்றுவிக்கப்பட்ட இந்த இயக்கம் 'ஹிஸ்புல்லா' என்கிற பெயரைச் சூடிக்கொள்வதற்கு முன்னர் சில மாதகாலத்துக்கு 'இஸ்லாமிக் ஜிஹாத்' என்கிற பெயரில் ஆயுதப் பயிற்சிகளை எடுத்துக்கொண்டது. ஏற்கெனவே 'இஸ்லாமிக் ஜிஹாத்' என்கிற பெயரில் ஒரு பாலஸ்தீன் போராளி இயக்கமும் இருந்தபடியால், பெயர்க்குழப்பத்தைத் தவிர்க்க 'ஹிஸ்புல்லா' என்கிற பெயரைச் சூடிக்கொண்டார்கள்.

பெயர் சூட்டும் வைபவம் முடிந்த கையோடு ஜூலை *19, 1982* அன்று பெய்ரூத்தில் உள்ள அமெரிக்கன் பல்கலைக் கழகத்தின் தலைவர் டேவிஸ் எஸ். டாட்ஜ் என்பவரை ஹிஸ்புல்லா போராளிகள் கடத்தி, தங்கள் கணக்கைத் தொடங்கினார்கள்.

*1922*ம் ஆண்டு பெய்ரூத்தில் பிறந்த டாக்டர் டாட்ஜ், ப்ரின்ஸ்டன் பல்கலைக் கழகத்தில் ராணுவத்துறையில் பட்டம் பெற்றவர். இரண்டாம் உலகப்போர் சமயத்தில் ராணுவ உளவுப்பிரிவில் பணியாற்றியவர். மிகத் தீவிர அமெரிக்க விசுவாசி. இஸ்ரேலின் இருப்பை நியாயப்படுத்தி இவர் எழுதிய சில கட்டுரைகள்தான் ஹிஸ்புல்லாவுக்குக் கோபம் வரவழைத்தன.

சுலபமான இலக்கு, எளிதில் மற்றவர்களை திடுக்கிடச் செய்ய சௌகரியமான காரியமாக இருக்கும் என்று நினைத்து ஒரு நெட் ப்ராக்டிஸ் போல இந்தக் கடத்தல் காரியத்தைத் திட்டமிட்டது ஹிஸ்புல்லா.

டாக்டர் டாட்ஜ் பல்கலைக் கழகத்திலிருந்து வீடு திரும்பும் வழியில் சில ஹிஸ்புல்லா போராளிகள் அவரது காரை மடக்கி, கடத்திக்கொண்டு

போய்விட்டார்கள். அந்த ஆண்டு நவம்பர் மாதம் வரை டாட்ஜ் எங்கே, எங்கே என்று கேட்காத அமெரிக்கர்களே இல்லை. கமுக்கமாகக் கடத்திக் கொண்டுபோய் ஒரு ரகசிய இடத்தில் வைத்து, வேளைக்குச் சாப்பாடு போட்டு, உடுத்திக்கொள்ளத் துணிமணியெல்லாம் வாங்கிக்கொடுத்து, பத்திரமாகப் பார்த்துக்கொண்டது ஹிஸ்புல்லா. ஒரு நாலு மாதகாலம் தண்ணி காட்டிவிட்டு அப்புறம் விடுதலை செய்துவிட்டார்கள்.

விடுதலை செய்தபோதுதான் முதல் முதலாக ஹிஸ்புல்லா தனது பிறப்பையும், நோக்கத்தையும் வெளிப்படையாக, பகிரங்கமாக அறிவித்தது. முதலில் இஸ்ரேலோ, அமெரிக்காவோ ஹிஸ்புல்லாவை ஒரு பொருட்டாக எடுத்துக்கொள்ளவில்லை. ஏதோ லோக்கல் அரை பிளேடுகள் என்றுதான் நினைத்தார் கள். பெரிதாகக் கவலைப்படவும் இல்லை. ஆனால் ஹிஸ்புல்லாவின் அடுத்தடுத்த நடவடிக்கைகளைப் பார்த்தபோது, அடடா தொடக்கத்திலேயே கிள்ளியிருக்கலாமே என்று வருத்தப்பட்டார்கள்.

ஏனெனில் தொடங்கப்பட்ட மிகச் சில காலத்துக்குள்ளாகவே ஹிஸ்புல்லா ராட்சச பலம் பொருந்திய இயக்கமாகிவிட்டது.

**அமெரிக்க தூதரகத் தாக்குதல்:**

அமெரிக்கா தன்னுடைய சரித்திரத்தில் சந்தித்த முதல் அதிபயங்கரத் தாக்குதல் என்பது ஹிஸ்புல்லாவால் நிகழ்த்தப்பட்ட தூதரகத் தாக்குதல்தான்.

பெய்ரூத்தில் உள்ள அமெரிக்கத் தூதரகத்தின் மீது ஹிஸ்புல்லா தற்கொலைப் படைப் போராளி ஒருவன் வேன் மோதி குண்டு வெடிக்கச் செய்து

தானும் பிராணனை விட்ட சம்பவம். ஏப்ரல் *18, 1983* அன்று நடந்த இந்தச் சம்பவம்தான் முதல் முதலில் ஹிஸ்புல்லா எப்பேர்ப்பட்ட தீவிரவாத இயக்கம் என்பதை உலகுக்கு உணர்த்தியது. அதற்கு முன்னால் ஓர் அமெரிக்க இலக்கைக் குறிவைத்து இப்படிப்பட்ட நேரடித் தாக்குதல் ஏதும் நிகழ்த்தப்பட்டதில்லை.

இந்தத் தாக்குதலைக் காட்டிலும், இதற்கான காரணம் மிக முக்கியமானது.

லெபனான் உள்நாட்டு யுத்தத்தில் இஸ்ரேல் நுழைந்திருந்த நேரம் அது. பாலஸ்தீன் போராளி இயக்கத்தினருக்கு பதிலடி தருகிறோம் என்கிற போர்வையில் தெற்கு லெபனானுக்குள் புகுந்த இஸ்ரேலியப் படை, சப்ரா *(Sabra)*, ஷாட்டிலா *(Shatilla)* என்கிற இரு இடங்களில் இருந்த பாலஸ்தீன் அகதிகள் முகாமைக் குறிவைத்துத் தாக்கத் தொடங்கின.

இந்த இரு அகதிகள் முகாமைத் தாக்கும்படி அமெரிக்க உளவுத்துறை இஸ்ரேலிய உளவு அமைப்பான மொஸாடுக்கு அனுப்பிய தகவலை சிரியா எப்படியோ ஒட்டுக்கேட்டு ஹிஸ்புல்லா தலைமைக்குத் தெரிவித்துவிட்டது.

தகவல் வந்தது கடைசி நேரம் என்பதால் ஹிஸ்புல்லா போராளிகளால் அந்த இரண்டு அகதிகள் முகாமைக் காப்பாற்ற முடியவில்லை. ஆயிரக்கணக்கான பாலஸ்தீன் மக்கள் முகாமுக்குள்ளேயே படுகொலை செய்யப்பட்ட சம்பவத்தைக் கண்டு அதிர்ச்சியடைந்த ஹிஸ்புல்லா, அதற்கு பதிலடி தருவதற்காகத் தேர்ந் தெடுத்த நடவடிக்கைதான் இந்த தூதரகத் தாக்குதல்.

மிகவும் சாமர்த்தியமாகத் திட்டமிடப்பட்ட தாக்குதல் அது. ஒரு வண்டி நிறைய வெடிமருந்தை

ஏற்றிக்கொண்டு போய் தூதரகக் கட்டடத்தின் மீது மோதுவது என்பதுதான் திட்டம் ஆனால், அமெரிக்க தூதரக வளாகத்தில் எந்த ஒரு அன்னிய வாகனமும் அனுமதிக்கப்படாது. காம்பவுண்டுக்கு வெளியிலேயே நிறுத்திவிடுவார்கள். மீறி ஓட்டிக்கொண்டு போவதென்றால், ஒருவேளை திட்டம் கைகூடலாம், அல்லது பாதி வழியிலேயே புஸ்வாணமாகலாம்.

அப்படிக் குறைப்பிரசவமாகிவிடக் கூடாது என்பதில் ஹிஸ்புல்லா தெளிவாக இருந்தது. என்ன செய்யலாம்?

பெய்ரூத்தில் அமெரிக்க தூதரகம் திறக்கப்பட்ட திலிருந்து அங்கு நடைபெற்ற சம்பவங்களைச் சேகரிக்கத் தொடங்கினார்கள். யார் யார் வந்திருக்கிறார்கள், உள்ளே என்னென்ன மாதிரியான நிகழ்ச்சிகள், நடவடிக்கைகள் நடக்கின்றன, அடிக்கடி வந்து போவது யார், உள்ளிருந்து வெளியே போகும் வாகனங்கள் என்னென்ன, எத்தனை வாகனங்கள் அங்கே இருக்கின்றன, அவற்றில் எது எது எல்லாம் அடிக்கடி வெளியே போய் வருகின்றன என்று ஒன்றுவிடாமல் கவனித்துக் குறித்துக்கொண்டார்கள்.

அதிக நாள் இல்லை. சுமார் பத்துப் பன்னிரண்டு தினங்கள் இந்த விஷயங்களை கவனித்துக் கொண்டிருந்தபோதே அவர்களுக்கு ஒரு தகவல் கிடைத்தது. சரியாக ஒரு வருடம் முன்னால் பெய்ரூத் அமெரிக்க தூதரகத்துக்குச் சொந்தமான வேன் ஒன்று திருடு போயிருக்கிறது என்பதே அது.

இது போதாதா?

லெபனான் முழுவதிலும் இயங்கிக்கொண்டிருந்த திருட்டு வியாபாரிகள் அத்தனை பேரையும்

சல்லடை போட்டுத் துளைத்தெடுத்து, அடுத்த ஒரு வாரத்தில் அந்தக் குறிப்பிட்ட வேனைக் கண்டுபிடித்துவிட்டார்கள்.

புதிதாக ஒரு வாகனம் தூதரகத்துக்குள் நுழைவதற்கும், ஒருவருடமாகக் காணாமலே போயிருந்தாலும் அவர்களுக்குச் சொந்தமான ஒரு வாகனம் நுழைவதற்கும் வித்தியாசம் உண்டில்லையா? சட்டென்று முதல் பார்வையில் சந்தேகம் வராது. தவிரவும் அதிர்ஷ்டவசமாக அமெரிக்க தூதரகத்தில் அந்தக் காணாமல் போன வேன் மாதிரியே வேறு நான்கு வேன்களும் இருந்தன. ஆகவே, அந்தத் தொலைந்த வேனை எடுத்துக்கொண்டு உள்ளே போவதில் பிரச்னை இருக்காது என்று தீர்மானித்தது ஹிஸ்புல்லா.

கிட்டத்தட்ட காயலான் கடைச் சரக்குத் தரத்தில் இருந்த அந்த வேனை விலை கொடுத்து வாங்கிவந்து கொஞ்சம் சொஸ்தம் செய்தார்கள். பெயிண்டெல்லாம் அடித்து, தூசு தட்டி, சீட்டுகளை சரி செய்து, ஒரு தூதரக வேன் கெட்டப்புக்குக் கிட்டத்தட்ட கொண்டுவந்துவிட்டார்கள்.

பிறகு *181* கிலோ வெடிமருந்தை அந்த வேனுக்குள் ஏற்றினார்கள். யார் பெற்ற பிள்ளையோ - ஓர் இளைஞன் அந்தத் திட்டத்தின் கருவியாகச் செயல்பட முன்வந்தான். அவனுக்கு வேன் ஓட்டக் கற்றுக்கொடுத்து, நெற்றியில் வீரத்திலகம் இட்டு அனுப்பிவைத்தார்கள்.

அந்தத் தற்கொலைப் போராளி வழியில் எங்கும் இறங்கி டீ சாப்பிடாமல் நேராக ஓட்டிக்கொண்டு பெய்ரூத் தூதரக வாசலுக்குப் போனான்.

வாயில் காப்பவர்களுக்கு எந்தச் சந்தேகமும் வரவில்லை. வேனைப் பார்த்ததுமே கதவுகளைத் திறந்துவிட்டார்கள். கடமை வீரன், எதுகுறித்தும் கவலைப்படாமல் நேரே ஓட்டிக்கொண்டுபோய் மோதிக் கவிழ்த்தான்.

எழுந்த பெரும் சத்தமும் நெருப்பும் புகையும் சில நிமிடங்கள் நடந்தது என்னவென்பதையே உணரமுடியாமல் செய்துவிட்டன. தூதரகக் கட்டடத்தின் முன் பகுதி முழுவதும் சீட்டுக்கட்டு போல் உதிர்ந்து சரிந்தன. அறுபத்தி மூன்று அமெரிக்கர்கள் அந்தக் கணமே அமரர் ஆனார்கள்.

அதில் எட்டுப்பேர் சி.ஐ.ஏ. அதிகாரிகள். அந்த எட்டில் ஒருத்தர் மிகவும் முக்கியஸ்தராக மதிக்கப்பட்ட சி.ஐ.ஏவின் மத்தியக் கிழக்குப் பிரிவின் இயக்குநர் ராபர்ட் ஏம்ஸ். *(Robert Ames)*

வெலவெலத்துப் போன அமெரிக்கா, உடனடியாகத் தனது தூதரகத்தை இன்னும் கொஞ்சம் பாதுகாப்பான இடம் என்று கருதப்பட்ட கிழக்கு பெய்ரூத்துக்கு மாற்றியது. நீ எங்கே போனாலும் விடமாட்டேன் என்று ஹிஸ்புல்லாவும் பின்னாலேயே போய் அடுத்த வருடமே (செப்டெம்பர் *20, 1984*) அங்கும் ஒரு கார் குண்டுத் தாக்குதலை நடத்தியது.

இந்தத் தாக்குதலில் தூதரகக் கட்டடத்தின் பின்பகுதி பலத்த சேதமடைந்ததுடன் இரண்டு அமெரிக்க ராணுவ வீரர்கள் உள்பட இருபது பேர் கொல்லப்பட்டார்கள்.

ஹிஸ்புல்லாவின் முதல் பெரிய நடவடிக்கையாகச் சொல்லப்படும் இந்த தூதரகத் தாக்குதல்கள், சம்பவம் நடந்த காலகட்டத்தில் இஸ்ரேலுக்கு உண்டாக்கிய

அச்சம் வருணிக்க முடியாதது. யார் இவர்கள், யார் இவர்கள் என்று இஸ்ரேல் உளவுப்படை சோறு தண்ணி இல்லாமல் தகவல் சேகரிக்க நாயாய் அலைந்தது.

அதற்கு முன் ஹிஸ்புல்லாவின் தலைவர்கள், தொண்டர்கள் யாருடைய புகைப்படமும் வெளியானதில்லை, அவர்களைப் பற்றிய எந்த ஒரு தகவலும் மீடியாவுக்குக் கிடைத்ததில்லை என்பதால் 'ஹிஸ்புல்லா' என்கிற - அவர்களே அறிவித்த - பெயர் ஒன்றுதான் இஸ்ரேல் வசமிருந்த ஒரே ஆதாரம்.

உடனடியாக இஸ்ரேல் தன்னுடைய தூதரகங்களுக்கும் பிற அரசு அலுவலகங்களுக்கும் மிகத்தீவிர பாதுகாப்புகளைச் செய்ய ஆரம்பித்தது. கூடவே ஹிஸ்புல்லா குறித்த தகவல்களைச் சேகரிப்பதற்கென்றே தன்னுடைய உளவுத்துறையில் ஒரு தனி 'செல்'லை அமைத்தது.

***அமைதிப் படையா? அடித்துத் துரத்து!***

லெபனான் உள்நாட்டு யுத்த சோகங்களில் முக்கியமானது, அங்கே அமைதி காக்கிறேன் பேர்வழி என்று அமெரிக்கப் படை வந்து உட்கார்ந்தது. அமெரிக்காவின் வெளிப்படையான இஸ்ரேலிய ஆதரவு உலகுக்கே தெரிந்தபோதும் லெபனானில் அமைதிக்கு வழி வகுக்கிறேன் என்று சொல்லிக்கொண்டு அது தன் ராணுவத்தை அனுப்பியதை யாருமே எதிர்க்கவில்லை. பயம்தான் காரணம்.

மறுபுறம், அமெரிக்கப் படை வந்திறங்கிய தெம்பில் இஸ்ரேல் மிகத் தீவிரமாக லெபனானில் உள்ள பாலஸ்தீனிய இலக்குகளின் மீது தாக்குதல் நடத்த ஆரம்பித்தது.

இதில் கடுப்படைந்த ஹிஸ்புல்லா, முதல் முறையாக அமெரிக்கத் துருப்புகளைக் குறிவைத்துத் தாக்க திட்டமிட்டது. வருடம், 1983. அக்டோபர் மாதம் 23ம் தேதி.

பெய்ரூத் துறைமுகத்தை ஒட்டிய பகுதியில் முகாம் அமைத்திருந்தது அமெரிக்க ராணுவம். அமைதி காப்பதான பாவனையில், கடல் பகுதியை நோட்டமிடுவதுதான் நோக்கம். லெபனான் போராளிகளுக்கு ஆயுதங்கள் எடுத்துவரும் படகுகளையும் கப்பல்களையும் வழியிலேயே மடக்கி, ஆயுதங்களைக் கைப்பற்றுவதுதான் அவர்களின் முதல் திட்டம். ஆனால் ஹிஸ்புல்லா உள்ளிட்ட லெபனானின் அன்றைய எந்த ஒரு இயக்கத்துக்கும் கடல் மார்க்கமாக ஆயுதங்கள் வரவில்லை. சிரியாவிலிருந்தும் ஈரானிலிருந்தும் தரை மார்க்கமாக மட்டுமே வந்துகொண்டிருந்தன.

இருப்பினும் சைப்ரஸ் தீவுகளிலிருந்து மருந்துப் பொருள்கள், உணவுப் பொருள்கள் போன்றவை கொஞ்சம் போல் கடல் மார்க்கமாக லெபனானுக்குத் தருவிக்கப்பட்டுக்கொண்டிருந்த நேரம் அது.

எது எப்படியானாலும் அங்கே முகாமிட்டிருக்கும் அமெரிக்கர்களை மூட்டை கட்டிக்கொண்டு ஓடச் செய்வதுதான் நோக்கம். ஆகவே ஹிஸ்புல்லா ஒரு டிரக் பாம் தயார் செய்தது.

சாதாரண மளிகை சாமான்களை எடுத்துச் செல்லும் டிரக் ஒன்றை செகண்ட் ஹேண்டில் வாங்கி, பெயிண்டைச் சுரண்டிவிட்டு ராணுவ அழுக்குப் பச்சை கலருக்கு மாற்றினார்கள். அமெரிக்க ராணுவ டிரக் ஒன்றின் நம்பர் பிளேட்டையே திருடி அதில் மாட்டிவிட்டு, உள்ளே சுமார் 175 கிலோ எடையுள்ள

டி.என்.டி. வெடிபொருளை நிரப்பி, வழக்கம்போல் ஒரு தற்கொலை வீரனை வண்டி ஓட்டச் சொல்லி அனுப்பிவைத்தார்கள்.

காரியக் கண்ணனான அந்தத் தற்கொலைப் போராளி ரைட் ராயலாக அமெரிக்க முகாமுக்குள் புகுந்து, வண்டியின் வேகத்தை நிமிஷ நேரத்தில் பலமடங்காக அதிகரித்துப் போய் மோதிவிட்டான்.

மிகக் கோரமான தாக்குதல் அது. 241 அமெரிக்க வீரர்கள் உருத்தெரியாமல் அழிந்துபோனார்கள். 242வது நபராக அந்தப் பெயர் தெரியாத ஹிஸ்புல்லா போராளி. அங்கே உயிர்தப்பிய அமெரிக்க வீரர்கள், அதன்பின் அந்தப் பிராந்தியத்துக்கே வரவில்லை.

இந்தச் சம்பவத்துக்குப் பிறகு அமெரிக்க உளவுத் துறையும் இஸ்ரேலியப் படைகளும் லெபனானில் எங்கெல்லாம் ஷியா முஸ்லிம்கள் வசிக்கிறார்களோ, அங்கெல்லாம் குறிபார்த்துப் போய்த் தேடத் தொடங்கிவிட்டார்கள். போராளியா, சுத்த சன்மார்க்க சாதுவா என்றெல்லாம் கூடப் பார்ப்பதில்லை. நீ ஷியாவா? வா, எங்களுடன் என்று இழுத்துப் போய்விடுவார்கள்.

இந்த அத்துமீறலைக் கண்டிக்கவோ, தடுக்கவோ வக்கில்லாதலெபனான்அரசு, தேசத்தைக்காப்பாற்றும்படி ஹிஸ்புல்லாவையே கேட்டுக்கொண்டது! அந்தக் கணத்தில்தான் ஹிஸ்புல்லா லெபனானின் ஒரு தவிர்க்க முடியாத சக்தி என்பதும் உறுதியானது.

**சித்திரவதை காண்டம்:**

துப்பாக்கிச் சூடு, குண்டு வெடிப்பு, தற்கொலைப் படைத் தாக்குதல் ஆகியவற்றைக் காட்டிலும் எதிரி

முகாமில் உள்ள யாராவது ஒரு முக்கியஸ்தரைக் கடத்திப்போய்விடுவது, எதிரிகளின் தன்னம்பிக்கையைக் குலைக்கும் விஷயத்தில் பெரும்பங்காற்றும் என்று ஹிஸ்புல்லா முடிவு செய்தது 1983ம் ஆண்டின் இறுதியில்தான்.

அப்படிக் கடத்தப்படும் ஆசாமியைக் கடும் சித்திரவதைக்கு உட்படுத்தி, அந்தத் தகவலை மீடியாவுக்கும் தந்தால் அதிர்ச்சியின் மதிப்பு இன்னும் அதிகரிக்கும் என்று திட்டத்துக்கு ஒரு பின்னிணைப்பு அளித்தவர் இமத் ஃபயாஸ் மக்னியா.

இதையெல்லாம் தியரியாகப் பேசிக்கொண்டிருந்தால் போதாது; ஏதாவது ஒரு காரியத்தை நீயே செய்துகாட்டு என்று ஃபாயஸுக்கு லைசென்ஸ் கொடுத்தது ஹிஸ்புல்லா மேலிடம்.

அவர் தேர்ந்தெடுத்த நபர், சி.ஐ.ஏவின் லெபனான் பிரிவு இயக்குநர் வில்லியம் ஃப்ரான்ஸிஸ் பக்லே *(William Francis Buckley).*

1928, மே 30ம் தேதி பிறந்தவரான பக்லே, அமெரிக்க ராணுவத்தில் நீண்ட நெடுங்காலம் பணியாற்றிய அனுபவம் உள்ளவர். பணி உயர்வின் மூலம் அவர் சி.ஐ.ஏவுக்கு அனுப்பப்பட்டு, படிப்படியாக முன்னேறி, சி.ஐ.ஏவின் லெபனான் பிரிவின் இயக்குநராகப் பணியாற்ற பெய்ரூத் வந்தவர். அடுத்த ஐந்து வருடங்களில் அவர் சி.ஐ.ஏவின் முதன்மை இயக்குநராகவே ஆகிவிடக்கூடியவர் என்கிற பேச்சு இருந்தது. அவரைத்தான் ஃபயாஸ் குறிவைத்தார்.

மார்ச் 16, 1984ம் வருடம் அது நடந்தது. அன்றைக்கு வெள்ளிக்கிழமை. தனது வழக்கமான அலுவலகப் பணிகளை முடித்துவிட்டு ஷட்டில் ஆடுவதற்காக

மைதானத்துக்குப் போய்க்கொண்டிருந்த பக்லேவின் காரை, இரண்டு ஹிஸ்புல்லா ஜீப்புகள் வழிமறித்தன. முன்னதாக அந்தச் சாலையில் போக்குவரத்து நெரிசல் ஏதும் உண்டாகிவிடக்கூடாது என்கிற முன் ஜாக்கிரதையுடன் ஐந்நூறு மீட்டர் தொலைவில் இரு புறங்களிலும் ஒரு செயற்கையான விபத்தை உண்டாக்கி வைத்து, சாலையை காலியாக வைத்துக்கொண்டுதான் அவர்கள் காரியத்தில் இறங்கியிருந்தார்கள்.

துப்பாக்கி முனையில் பக்லே தமது காரிலிருந்து இறக்கப்பட்டார். உடனடியாக டிரைவரை மயக்கமடையச் செய்து ஒரு ஓரமாக உருட்டிவிட்டு, அவர் வந்த காரின் நம்பர் ப்ளேட்டை மாற்றி யாரோ ஒரு அடிப்பொடியை அதை ஓட்டிப்போகச் சொல்லிவிட்டார்கள். பக்லே, ஹிஸ்புல்லா போராளிகளின் ஜீப்பில் ஏற்றப்பட்டு, சீட்டுக்கடியில் கை, கால், வாய்க் கட்டுகளுடன் உருட்டப்பட்டார்.

ஜீப் பறந்து, காணாமல் போனது. மறுநாள் செய்தித்தாள்களுக்கு இதைக் காட்டிலும் தீனி வேறென்ன இருக்கமுடியும்? சி.ஐ.ஏ., இயக்குநர் கடத்தப்பட்டார்.

அலறியடித்துக்கொண்டு லெபனானுக்கு விரைந்தது ஒட்டுமொத்த சி.ஐ.ஏ படை. மறுபுறம் இஸ்ரேல் படைகளும் தேடுதல் வேட்டையில் இறங்கியது. வேறு வழியில்லாமல் லெபனான் அரசும் தேடுவது போன்ற பாவனையை மேற்கொண்டது.

இதெல்லாம் ரொம்ப நாள் நீடிக்கவில்லை. கடத்திப் போன ஃபயாஸ், தெள்ளத்தெளிவாக மீடியாவுக்குச் செய்தி கொடுத்துவிட்டார். கடத்தியது ஹிஸ்புல்லா. இப்போதைக்கு இயக்குநர் சௌக்கியமாக

இருக்கிறார். எப்போதும் அப்படியே இருப்பாரா என்று சொல்லமுடியாது.

அதன்பிறகுதான் அந்த பயங்கரம் ஆரம்பித்தது. இமத் ஃபயாஸ் மக்னியா என்கிற தீவிரவாதிக்குள் எப்படிப்பட்ட குரூரவாதி ஒருத்தன் ஒளிந்து கொண்டிருக்கிறான் என்று மேற்குலகம் தெரிந்துகொண்ட சந்தர்ப்பம் அது.

கடத்திச் சென்ற சி.ஐ.ஏ. இயக்குநரை ஒரு இரானிய விமானத்தில் ஏற்றி எப்படியோ ரகசியமாக டெஹ்ரானுக்கு அழைத்துப் போய்விட்டார் ஃபயாஸ். லெபனானுக்குள் அவரை வைத்திருப்பது கஷ்டம் என்று முடிவு செய்துதான் இந்த முடிவை அவர் மேற்கொண்டார்.

டெஹ்ரானில் ஒரு மறைவிடத்தில் அடைத்து வைக்கப்பட்ட பக்லேவுக்கு அந்த முதல் தினத்திலிருந்தே சித்திரவதைகள் ஆரம்பமாயின. உடலின் ஒரு செண்டிமீட்டர் கூட பாக்கியில்லாமல் அவரை ரத்தம் சொட்டச் சொட்ட அடித்துத் தீர்த்தார்கள். பிறகு நகங்கள் பெயர்த்து எடுக்கப்பட்டன. கையாலேயே அவரது தலைமுடி முழுவதுமாகப் பிடுங்கப்பட்டது. லெபனானில் சி.ஐ.ஏ மேற்கொண்டிருக்கும் அத்தனை நடவடிக்கைகள் குறித்தும் அவரைப் பேசச் செய்வதுதான் ஃபாயஸின் நோக்கம்.

பக்லே என்ன பேசினார், அல்லது பேசினாரா என்கிற விவரம் தெரியவில்லை. ஏனென்றால், குறைந்தது பத்து நாளைக்கு ஒருமுறையாவது பக்லே அனுபவிக்கும் சித்திரவதைகள் குறித்த தகவல்கள் மீடியாவுக்கு வந்துகொண்டே இருந்தன. அவர் பேசியிருப்பாரானால் அந்தச் சித்திரவதைகளிலிருந்து

ஒருவேளைதப்பித்திருக்கக்கூடும். அப்படி இல்லாமல் தொடர்ந்து அவரது நகங்கள் பிடுங்கப்பட்ட செய்தியும் விரல்கள் காணாமல் போன செய்தியும் சில நரம்புகள், தோலுக்கு வெளியே தெரிகின்றன என்கிற தகவலும் மட்டுமே வந்துகொண்டிருக்காது.

அவர் எங்கே இருக்கிறார், எப்படி மீட்பது என்பது தெரியாத அமெரிக்க அரசாங்கம் லெபனான் மீது வெறித்தனமான தாக்குதலைக் கட்டவிழ்த்துவிட இஸ்ரேலுக்கு உத்தரவிட்டது. யுத்தம் உக்கிரமடைந்து, அமைதியடைந்து, மீண்டும் தீவிரம் கொண்டு, அடங்கி, ஆனால் நிற்காமல் தொடர்ந்துகொண்டுதான் இருந்தது.

உலகம் பக்லேவை ஒருவாறு மறக்கவே ஆரம்பித்து விட்ட அந்த 444வது தினத்தில் பெய்ரூத் நகரிலிருந்து வடக்கு நோக்கிச் செல்லும் ஒரு தேசிய நெடுஞ்சாலை ஓரமாக அவரது உடல் கண்டுபிடிக்கப்பட்டது. ரத்தம் உறைய வைக்கும் காட்சி. ஒரு மனிதன் தாங்கக்கூடிய சித்திரவதைகளே இல்லை அது. ஆள் அடையாளமே அடியோடு குலைந்துபோகும் விதத்தில் உடல் முழுவதும், முகம் முழுவதும் ரத்தத்தால் திருத்தி எழுதப்பட்டிருந்தது!

அதி சக்தி படைத்த அமெரிக்க அரசாங்கத்தின் மிக முக்கியமான அதிகாரி ஒருவர், அடையாளமே தெரியாமல் ஒரு சாலையோரம் கிடந்தார்!

யாருக்கும் பேச்சுமூச்சே இல்லை. பக்லியை உடனடியாக அவரது சொந்த மாகாணமான விர்ஜீனியாவுக்கு எடுத்துப் போய்விட்டார்கள். இஸ்ரேலுக்கு அமெரிக்கா ஒரே ஒரு போதனையை மட்டும் அளித்துவிட்டு வந்தது. “அனைத்து மத்தியக் கிழக்கு முஸ்லிம் தேசங்களையும் நீ

சமாளித்துவிடலாம். ஹிஸ்புல்லா விஷயத்தில் மட்டும் திண்டாடப்போகிறாய்.” (*வில்லியம் வெப்ஸ்டர் என்கிற முன்னாள் சி.ஐ.ஏ இயக்குநர் இஸ்ரேல் அரசுக்கு எழுதிய ஒரு கடிதத்திலிருந்து.)

**முழு வேகம்:**

பக்லே விஷயத்தில் அமெரிக்கா உள்பட அத்தனை தேசங்களும் அடைந்த அதிர்ச்சியை நேரில் பார்த்துவிட்ட பிறகு ஹிஸ்புல்லா தீர்மானமே செய்துவிட்டது. குரூரம்தான். வேதனை தரத்தக்க காரியம்தான். தனியொரு உயிரை வருத்திக் கொல்வதென்பது, யுத்த களத்தில் போரிட்டு எதிரியை வீழ்த்துவது போல் இல்லைதான். ஆனாலும் இது எழுப்பும் அதிர்ச்சி அலைகளை யுத்தகளத்தில் எழுப்ப முடிவதில்லை. எதிரியின் ஆயுதபலம் அதிகமாக இருக்கிறது. தவிரவும் ஒரு அரசாங்கம் நடத்தும் யுத்தத்துக்கும் தனியொரு இயக்கம் நடத்தும் யுத்தத்துக்கும் வித்தியாசம் இருக்கிறது.

இப்படி யோசித்த ஹிஸ்புல்லா, தனது அடுத்தடுத்த தாக்குதல்களை அதிக இடைவெளியில்லாமல் திட்டமிட்டுக்கொண்டது.

ஏப்ரல் 12, 1984 அன்று ஸ்பெயினில் டொரீஜன் (Torrejon) என்கிற இடத்தில் இருந்த அமெரிக்க போர் விமானத் தளத்தை அடுத்த ரெஸ்டரண்ட் ஒன்றில் ஹிஸ்புல்லா போராளிகள் குண்டு வைத்தார்கள். எப்படியும் இருபது அமெரிக்க வீரர்களாவது மாட்டுவார்கள் என்பதே எண்ணம்.

குறி அதிகம் பிசகவில்லை. இறந்தது பதினெட்டு அமெரிக்கர்கள். மொத்தமாக83 பேர்படுகாயமடைந்து மருத்துவமனைக்கு எடுத்துச் செல்லப்பட்டார்கள்.

இந்தத் தாக்குதலை நிகழ்த்தியவர்கள், ஹிஸ்புல்லாவின் ஸ்பெயின் பிரிவுப் போராளிகள்.

இந்தத் தாக்குதல் குறித்த விசாரணையை ஸ்பெயின் போலீஸ் நடத்திக் கொண்டிருந்தபோதே ஒரு குவைத் ஏர்லைன்ஸ் விமானத்தைக் கடத்தி, பயணிகளில் நான்கு பேரைக் கொன்றார்கள். அதில் இரண்டு பேர் அமெரிக்கர்கள். உலகம் முழுவதும் ஹிஸ்புல்லாவை மிரட்சியுடன் பார்க்கத் தொடங்கிய நேரம் அது. எந்த நேரத்தில் எங்கு, என்னவிதமான நடவடிக்கையில் இறங்குவார்கள் என்றே கண்டுபிடிக்க முடியாமலிருந்தது.

தவிரவும், பெரும்பாலான இயக்கங்கள் ஒரு தாக்குதலுக்கும் அடுத்த தாக்குதலுக்கும் போதிய இடைவெளி விடுவது வழக்கம். இடைப்பட்ட காலத்தில் இருக்கும் சுவடு கூடத் தெரியாமல் எங்காவது போய்விடுவார்கள்.

ஆனால் ஹிஸ்புல்லா அந்தமாதிரி இடைவேளை எல்லாம் விடாமல் கண்ணை மூடிக்கொண்டு அடிக்கத் தொடங்கியதில் இஸ்ரேலும் அமெரிக்காவும் இதர நட்பு நாடுகளும் மிகவும் அச்சமடைந்தன. உலகெங்கும் உள்ள அமெரிக்கத் தூதரகங்களுக்கு எச்சரிக்கை அனுப்பப்பட்டது. அமெரிக்கன் ஏர்லைன்ஸ் விமானங்களுக்குக் கூடுதல் பாதுகாப்பு தரப்பட்டது. செக்யூரிடி பரிசோதனைகள் என்கிற பெயரில் பயணிகளைப் பலமணிநேரம் நிற்கவைத்து உயிரை வாங்கினார்கள். இஸ்ரேலின் அனைத்து எல்லைகளிலும் நூற்றுக்கணக்கில் கூடுதல் செக்யூரிடி போட்டார்கள். நவீன ஆயுதங்கள் எது புதிதாக வாங்கப்பட்டாலும் உடனடியாக அதை லெபனான் எல்லைக்கு எடுத்துச் செல்லத் தொடங்கினார்கள்.

ஒரு கட்டத்தில் பாலஸ்தீன் போராளி இயக்கங்களே தேவலை என்று நினைக்கும் அளவுக்கு ஹிஸ்புல்லா அவர்களுக்கு சிம்ம சொப்பனமாகிப் போனது. அந்த அச்சத்தை, கலவர உணர்வை, பதற்றத்தை நிரந்தரமாக்கும் விதத்தில் பிப்ரவரி 16, 1985 அன்று ஹிஸ்புல்லா அதிகாரபூர்வமாகத் தனது கொள்கை விளக்க அறிக்கையை வெளியிட்டது.

ஹிஸ்புல்லா சார்பில் பகிரங்கமாக வெளியிடப்பட்ட முதல் அறிக்கை அது. ஹிஸ்புல்லாவின் குரல் எப்படியிருக்கும் என்று அதுவரை யூகத்தில் மட்டுமே கேட்டுக்கொண்டிருந்த இஸ்ரேலுக்கு அந்த நிஜக்குரல் அன்று அறிமுகமானது. *An open letter* என்கிற படு சாதாரணமாகத் தலைப்பிடப்பட்டிருந்த அந்த அறிக்கையின் சாரத்தை ஒருவரியில் சொல்வதென்றால், இப்படிச் சொல்லலாம் : "இஸ்ரேல் அழியும்வரை எங்கள் யுத்தம் நிற்காது. போர் நிறுத்தம் என்கிற பேச்சுக்கே இடமில்லை." (*இந்த அறிக்கையின் முழு வடிவம் நூலின் பின்னிணைப்பாகத் தரப்பட்டிருக்கிறது.)

**விவகாரமான விமானக் கடத்தல்:**

நூற்றுக்கணக்கான நேரடிச் சண்டைகள், ஆயிரக்கணக் கான துப்பாக்கிச் சூடுகள், எத்தனையோ கடத்தல்கள். ஆனால் ஹிஸ்புல்லா என்று சொன்னதுமே முதலில் நினைவுக்கு வரக்கூடியது அதன் TWA விமானக் கடத்தல் வைபவமாகத்தான் இருக்கமுடியும்.

தனது கொள்கை விளக்க அறிக்கையை வெளியிட்ட சூட்டில் பரபரவென்று திட்டமிட்டு ஜூன் 14, 1985 அன்று திட்டத்தைச் செயல்படுத்தியது ஹிஸ்புல்லா.

*Trans World Airlines* என்கிற TWA ஒரு அமெரிக்க விமான நிறுவனம். 2001ம் ஆண்டு இதை அமெரிக்கன்

ஏர்லைன்ஸ் நிறுவனம் வாங்கி, தன்னுடையதாக ஆக்கிக்கொள்ளும்வரை உலகின் புகழ்பெற்ற விமான நிறுவனங்களுள் ஒன்றாக இருந்தது.

இந்த நிறுவனத்தின் போயிங் 727 என்கிற விமானம் கிரீஸ் நாட்டின் தலைநகரான ஏதென்ஸிலிருந்து ரோம் நகருக்குப் போகிற வழியில் ஹிஸ்புல்லாவினரால் கடத்தப்பட்டது.

விமானத்தைக் கடத்தியவர்கள் மொத்தம் இரண்டே பேர். ஒரு சிறு அரை பிளேடு கூட எடுத்துக்கொள்ளாமல், சமர்த்தாக ஏதென்ஸ் விமான நிலையத்தில் டிக்கெட் வாங்கிக்கொண்டு ஏறி உட்கார்ந்தார்கள். ஆனால் முன்னதாக ஏற்பாடு செய்திருந்தபடி, ஏதென்ஸ் விமான நிலைய செக்யூரிடி ஆபீசர்கள் சிலர் மூலம் அவர்களுக்குத் தேவையான பிஸ்டல்களும் கிரேனேடு குச்சிகளும் அவர்கள் சீட்டுக்குக் கீழே வந்து சமர்த்தாக உட்கார்ந்திருந்தன.

விமானம், நேர தாமதமில்லாமல் காலை சரியாக 10.10 மணிக்கு 153 பயணிகளை ஏற்றிக்கொண்டு புறப்பட்டுவிட்டது. ஜான் டெஸ்டிரேக் *(John Testrake)* என்கிற அனுபவம் மிக்க பைலட்டும் பிலிப் ஜி. மெரெஸ்கா *(Philip G. Maresca)* என்கிற துணை பைலட்டும் சாமியை வேண்டிக்கொண்டுதான் விமானத்தைக் கிளப்பினார்கள்.

ஆனால் விமானம் புறப்பட்டு மேலே எழுந்த சில நிமிடங்களிலேயே உள்ளே இருந்த மூன்று கடத்தல்காரர்களில் இரண்டு பேர் காக் பிட்டுக்குள் நுழைந்து விமானிகளின் நெற்றிப்பொட்டில் பிஸ்டலை வைத்துவிட்டார்கள்.

எனவே, ரோமுக்குப் போகவேண்டிய விமானம் லெபனானுக்குத் திருப்பப்பட்டது. பெய்ரூத்

விமான நிலையத்தில் தரையிறங்கிய விமானம் அங்கே பல மணி நேரம் நின்றுகொண்டிருந்தது. யார் யாரோ வந்துவந்து பார்த்தார்கள். கண்ட்ரோல் ரூமிலிருந்து சகட்டு மேனிக்குக் கேள்வி கேட்டுக்கொண்டிருந்தார்கள். ஆனால் ஒருத்தருக்கும் நெருங்குவதற்கு தைரியம் வரவில்லை.

கடத்தல்காரர்கள் தெளிவாகச் சொல்லியிருந்தார்கள். விமானம் தரையிறங்கியிருப்பது, எரிபொருள் நிரப்புவதற்காகத்தான். ஆனால் நிரப்பப்படும் எரிபொருளுக்கு விலை கொடுக்கக் கையில் காசு கிடையாது. வேண்டுமானால் பயணிகளில் *19* பேரை காசுக்கு பதில் பிழைத்துப் போக விட்டுவிடுகிறோம்.

லெபனானில் உள்நாட்டு யுத்தம் மிகக் கடுமையாக நடந்துகொண்டிருந்த நேரம் அது. பெய்ரூத் நகரத்தையே ஏழெட்டு துண்டுகளாகப் பிரித்து, பல்வேறு இயக்கங்கள் தமக்குள் பங்குபோட்டுக்கொண்டு ஆட்சி செய்துவந்தன. ஆகவே, விமானத்தைக் கடத்தியவர்கள் யார், எந்தக் குழுவினர் என்பதெல்லாம் தெரியவில்லை. தவிரவும் கடத்தப்பட்டிருப்பது அமெரிக்க விமானம். அதுவும் ஐரோப்பாவில் மீட்டர் ஓட்டும் விமானம். வேலை மெனக்கெட்டு ஐரோப்பாவிலிருந்து அமெரிக்க விமானத்தைக் கடத்திக்கொண்டு வந்து லெபனானில் தரையிறக்கிய மகானுபாவன் யாராக இருப்பான்?

சிண்டைப் பிய்த்துக்கொண்டும் கண்டுபிடிக்க முடியவில்லை. எத்தனையோ பேரம் பேசிப் பார்த்தார்கள். கெஞ்சிப் பார்த்தார்கள். கொஞ்சிப் பார்த்தார்கள். ம்ஹூம். பெட்ரோலை நிரப்பு. பதிலுக்குப் பத்தொன்பது பேரை எடுத்துக்கொள். அவ்வளவுதான்.

வேறு வழியில்லாமல் எரிபொருள் நிரப்பிக்கொடுத்து விட்டு, அவர்கள் இறக்கி அனுப்பிய பத்தொன்பது பேரை மட்டும் பத்திரமாக அழைத்துக்கொண்டு போய்விட்டார்கள்.

விமானம் அன்று மதியமே பெய்ரூத்திலிருந்து புறப் பட்டுவிட்டது. எங்கே போகிறது? என்ன நோக்கம்?

யாருக்கும் தெரியாது. அமெரிக்கா கவலை கொண்டது. லெபனான் அரசாங்கத்தைக் கேள்வி கேட்டுத் துளைத்து எடுத்தது. இன்னொரு பக்கம் இஸ்ரேல், பிரிட்டன், கிரீஸ், இத்தாலி அரசுகளும் லெபனானைக் கேள்விகளால் வேள்வி செய்ய ஆரம்பித்தன.

'எங்களுக்கு எதுவும் தெரியாது. வந்தார்கள், இருந்தார்கள், சென்றார்கள்' என்கிற பல்லவியையே அவர்கள் திரும்பத் திரும்பப் பாடிக்கொண்டிருந்தார்கள்.

இதற்கிடையில் சர்வதேச வான் எல்லை முழுவதையும் கண்காணிக்கும்படி அத்தனை தேசத்து ஏர்போர்ட் அத்தாரிடிக்கும் உத்தரவிடப்பட்டது. அமெரிக்க சாட்டிலைட்டுகளின் கவனம் முழுவதும் பறக்கும் விமானங்களின் மீதே இருக்கும்படி திசை மாற்றிவிடப்பட்டன. அனைத்து விமான நிலையங்களிலும் பாதுகாப்பு பலப்படுத்தப்பட்டது. தரையிறங்க அனுமதி கேட்கும் அனைத்து விமானங்களையும் துப்புறவாக விசாரித்துவிட்டு இறக்கும்படி வலியுறுத்தப்பட்டது. கடத்தப்பட்ட விமானம் எங்கு தரையிறங்கினாலும் அடுத்த வினாடி அமெரிக்காவுக்குத் தகவல் தரச் சொல்லிக் கேட்டுக்கொள்ளப்பட்டது. ஒவ்வொரு தேசத்திலும் உள்ள அமெரிக்க, கிரீஸ், இத்தாலி தூதரகங்களுக்கு உடனடியாகச் செய்தி அனுப்பப்பட்டது.

இந்த கலாட்டாக்கள் எல்லாம் நடந்துகொண்டிருந்த வேளையில் மேற்படி விமானம் சமர்த்தாக அல்ஜீரியாவுக்குப் போய் அங்கே அல்ஜியர்ஸ் நகர விமான நிலையத்தில் இறங்கியது. வடக்கு ஆப்பிரிக்க தேசமான அல்ஜீரியாவுக்கு அந்த விமானம் ஏன் போனது என்பதற்கான சரியான காரணம் எதுவும் தெரியவில்லை. தவணை முறையில் பயணிகளை உலகம் சுற்றிக்காட்டி இறக்கிவிடும் உத்தேசம் போலிருக்கிறது.

சுமார் ஐந்து மணிநேரம் அல்ஜியர்ஸ் விமான நிலையத்தில் ஓய்வெடுத்ததற்குக் கூலியாக அங்கே ஒரு இருபது பயணிகளை இறக்கிவிட்டுவிட்டு, அன்றிரவே விமானம் மீண்டும் பெய்ரூத்துக்கு வந்தது.

இதற்குள் செய்தி உலகம் முழுவதும் பரவிவிட, என்ன ஆகப்போகிறதோ, மிச்சமுள்ள *111* பயணிகளின் கதி என்னவாகுமோ, கடத்தியவர்கள் அவர்கள் அத்தனை பேருக்கும் *'111'* போட்டுவிடுவார்களோ என்று குலைநடுங்கிப் போய்ப் பேசத் தொடங்கியிருந்தார்கள்.

இரண்டாவது முறையாக விமானம் மீண்டும் பெய்ரூத்துக்கு வந்து சேர்ந்தபோது, திடீரென்று எங்கிருந்தோ முளைத்த பத்து ஆயுதம் தாங்கிய, முகம் மூடிய போராளிகள் ரைட் ராயலாக நடந்து வந்து விமானத்தில் ஏறிக்கொண்டார்கள்.

இந்த இடத்தில் பெய்ரூத் விமான நிலையத்தைப் பற்றிக் கொஞ்சம் சொல்லவேண்டும். விமான நிலைய நுழைவு வாயில் மட்டும்தான் அங்கே பாதுகாப்பான இடம். ஓடுபாதைக்கு வந்துவிட்டால், அதற்கு அந்தப் பக்கம் இருக்கிற உலகுக்குக் கதவுகளே

கிடையாது. மக்கள் சர்வ சாதாரணமாக ஓடுபாதைக்கு எப்போதும் வந்து போவது அங்கே வழக்கம். விமான நிலைய சிப்பந்திகளும் அதையெல்லாம் பெரிதாக எடுத்துக்கொள்ள மாட்டார்கள்.

இந்த சௌகரியத்தைப் பயன்படுத்தித்தான் மேற்சொன்ன பத்து தீவிரர்கள் அந்த விமானத்துக்குள் வந்து புகுந்தார்கள்.

புதிதாக வந்தவர்கள், பயணிகள் வரிசையை வேகமாக ஒரு நோட்டமிட்டார்கள். சட்டென்று ஒரு முகம் அவர்களுக்கு அங்கே பரிச்சயமானது போலத் தோன்றியது. ஆ, இது அமெரிக்கக் கடற்படை ஆபீசர் ராபர்ட் ஸ்டெதம் *(Robert Stethem)* அல்லவா?

அவ்வளவுதான். கோழி அமுக்குவதுபோல அவரைப் பாய்ந்து சென்று அமுக்கிப் பிடித்து அடி அடி என்று அடித்துத் துவைத்தார்கள். ஆத்திரம் அடங்காமல் கைத்துப்பாக்கியாலும் கண்டபடி சுட்டார்கள். அந்த அதிகாரி பரிதாபமாக உயிரை விட, அப்படியே விமான ஜன்னல் வழியாகவே அவரைத் தூக்கி வெளியே கடாசினார்கள்.

இந்தக் கொடூரத்தைப் பார்த்த விமானப் பயணிகள் அவரவர் தாய்மொழியில் தம்மை மறந்து அலறத் தொடங்க, அந்தக் கணத்தில் யார் யார் ஹீப்ருவில் அலறுகிறார்கள் என்று கவனித்து, 'டேய் அவன் யூதன், விடாதே' என்று அகப்பட்டவர்களையெல்லாம் போட்டு சாத்து சாத்தென்று சாத்தினார்கள்.

களேபரங்களைப்பார்த்தும்ஒன்றும்செய்யமுடியாமல் தவித்து நின்றது காவல்துறை. அப்படியே நில்லுங்கள் என்று டாட்டா காட்டிவிட்டு மீண்டும் விமானத்தை அல்ஜியர்ஸுக்கு ஓட்டிப்போய்விட்டார்கள். எதற்குப்

போனார்கள் என்று இப்போதும் தெரியவில்லை. ஆனால் இன்னொரு *65* பயணிகளை இறக்கிவிட்டு, மறுநாள் *(ஜூன் 16)* அன்று மீண்டும் பெய்ரூத்துக்குத் திருப்பினார்கள்.

இதற்கிடையில் விமானத்தைக் கடத்தியவர்கள் தங்கள் கோரிக்கை என்னவென்று தெரியப் படுத்தியிருந்தார்கள்.

1. லெபனானுக்குள் இஸ்ரேல் ராணுவம் கைது செய்து இழுத்துப் போயிருக்கும் அத்தனை ஷியா முஸ்லிம்களையும் ஒருவர் பாக்கியில்லாமல் விடுதலை செய்ய வேண்டும்.

2. தெற்கு லெபனானில் இஸ்ரேல் நடத்தும் கொலை வெறியாட்டத்துக்கு உலக நாடுகள் அனைத்தும் கண்டனம் தெரிவிக்க வேண்டும். இஸ்ரேல் மீது நடவடிக்கை எடுக்கப்பட வேண்டும்.

3. மத்தியக் கிழக்கு விவகாரங்களில் தேவையில்லா மல் மூக்கு நுழைப்பதை அமெரிக்கா நிறுத்த வேண்டும். இது விஷயத்தில் அமெரிக்காவை உலக நாடுகள் அனைத்தும் கண்டிக்க வேண்டும்.

இந்த கோரிக்கைகள் எல்லாம் 'பரிசீலிக்கப்பட்டு'க் கொண்டிருந்தபோதே க்ரீஸ், தான் பிடித்து வைத்திருந்த ஹிஸ்புல்லா போராளி அலி அட்வா *(Ali atwa)* என்பவனை விடுதலை செய்தது. பதிலுக்கு விமானத்தில் இருந்த எட்டு கிரீஸ் நாட்டுப் பயணிகளை ஹிஸ்புல்லா விடுவித்தது. (அவர்களுள் ஒருவர், கிரீஸின் புகழ்பெற்ற நாட்டுப்புறப் பாடகர் டெமிஸ் ரவுஸோஸ்.)

சனிக்கிழமை ஆரம்பித்த இந்த நாடகம், திங்கட் கிழமை மத்தியானம் வரை இண்டர்வலே இல்லாமல்

தொடர்ந்தது. போலீஸ்காரர்கள், அரசாங்க மெல்லாம் பேசினால் வேலைக்கு ஆகாது என்று முடிவு செய்த லெபனான் அரசு, பெய்ரூத்திலேயே இருந்த 'அமால்' என்கிற சாதுவான ஒரு ஷியா அரசியல் இயக்கத்தின் தலைவரான நபி பெர்ரி *(Nabih Berri)* என்பவரை மத்தியஸ்தம் செய்யக் கூப்பிட்டது.

அவர் வந்தபிறகு பேச்சுவார்த்தை ஆரம்பித்து, கொஞ்சம் கொஞ்சமாக கடத்தல்காரர்கள் இறங்கிவர ஆரம்பித்தார்கள். அதுவரை பிணைக்கைதிகளில் மிச்சமிருந்த நாற்பது பேரில் ஒருத்தரை மட்டும், இதய நோயாளி என்கிறபடியால் இறங்கிப் போக அனுமதித்தார்கள். மிச்சம் உள்ள 39 பேரை அனுப்பவே முடியாது என்று சொல்லிவிட்டு, விடாப்பிடியாக ஜூன் 30ம் தேதிவரை விமானத்துக்குள்ளேயே உட்காரவைத்திருந்தார்கள்.

ஒரு வழியாக இஸ்ரேல் அரசு, தன் பிடியில் இருக்கும் ஷியா முஸ்லிம்களில் சிலரை விடுவிப்பதாகச் சொன்னபிறகுதான் கடத்தல்காரர்கள் விமானத்தை சிரியாவுக்கு எடுத்துச் சென்று மிச்ச பயணிகளை இறக்கிவிட்டார்கள்.

சரியாகப் பதினாறு நாள் நடைபெற்ற மாபெரும் கடத்தல் காண்டம் இது. உலகம் முழுவதையும் சீட் நுனியில் உட்காரவைத்துவிட்டு ஒரு தலை தவிர வேறு பெரிய சேதாரமில்லாமல் விடுவித்துவிட்டது ஹிஸ்புல்லா. நோக்கத்திலும் கணிசமான வெற்றி.

ஹிஸ்புல்லாவின் இந்தக் கடத்தல் நாடகத்துக்குத் திரைக்கதை, வசனம் எழுதி இயக்கியதோடு ஹீரோவாகவும் நடித்தவர் இமத் ஃபயாஸ் மக்னியா. விமானத்தில் இருந்த இரண்டு கடத்தல்காரர்களுள் ஒருவராக அவரேதான் பயணம் செய்தார்!

கடத்தல் எல்லாம் முடிந்து சில காலம் கழித்துத்தான் இந்த விவரம் வெளியே வந்தது. இதற்குப் பிறகுதான் அமெரிக்கா அவர் தலைக்கு ஐந்து மில்லியன் டாலர் விலை வைத்தது.

அந்தக் காசு இன்னும் அமெரிக்க கஜானாவில் பத்திரமாக இருக்கிறது!

**இஸ்ரேலிய இலக்குகள்:**

ஆயிரம்தான் அமெரிக்காவுக்குத் தண்ணி காட்டினாலும் ஐரோப்பிய நாடுகளில் லீலைகள் புரிந்தாலும் ஹிஸ்புல்லாவின் அடிப்படை இலக்கு இஸ்ரேல்தான். இஸ்ரேலுக்கு வெளியே அது மேற்கொள்ளும் ஒவ்வொரு தீவிரவாத நடவடிக்கையுமே பயிற்சி மாதிரிதான்.

ஆனால் இஸ்ரேலின் உளவுத் துறையும் சரி, காவல் மற்றும் ராணுவமும் சரி. சற்றும் குறைத்து மதிப்பிட்டுவிடமுடியாத திறமைசாலி அமைப்புகள். எனவே, ஹிஸ்புல்லா குறிவைக்கும் ஒவ்வொரு இஸ்ரேலிய இலக்குமே அதற்கு மிகப் பெரிய சவால்களாகவே அமைந்திருக்கின்றன.

1986ம் ஆண்டு இரண்டு தவணைகளில் ஹிஸ்புல்லா மொத்தம் ஆறு யூதர்களைக் கடத்திக் கொலை செய்தது. பிறகு வில்லியம் ஹிக்கின்ஸ் என்கிற அமெரிக்கக் கடற்படை அதிகாரி ஒருவரைக் கடத்திக்கொண்டு போய் கொஞ்சநாள் பிணைக்கைதியாக வைத்திருந்து விட்டுக் கொன்றுவிட்டார்கள். (அவர் மிகத் தீவிர இஸ்ரேலிய ஆதரவாளர்.)

இம்மாதிரி அவ்வப்போது பல சம்பவங்கள் நடந்தாலும், இது எதுவுமே இஸ்ரேலை

திகிலடையச் செய்யவோ, தவிக்கச் செய்யவோ போதுமானதாக இல்லை. என்ன செய்யலாம் என்று யோசித்துக்கொண்டிருந்த வேளையில்தான் ஹிஸ்புல்லாவுக்குப் பேரிடியாக ஒரு சம்பவம் நிகழ்ந்தது.

பிப்ரவரி 16, 1992. இந்தத் தேதியை ஹிஸ்புல்லாவினர் என்றுமே மறக்கமாட்டார்கள். அதுநாள் வரை இயக்கத்தின் தனிப்பெரும் தலைவராகவும் மிகச் சிறந்த மார்க்கவழிகாட்டியாகவும் விளங்கிய அப்பாஸ் அல் மூசாவியை இஸ்ரேலியப் போர் விமானம் ஒன்று குண்டு வீசிக் கொன்றது அன்றைக்குத்தான்.

மூசாவியை மட்டுமல்ல. குண்டுவீச்சு துல்லியமாக அவரது வீட்டை நோக்கி நிகழ்த்தப்பட்ட காரணத்தால் அவரது மனைவி, மகன், வேறு நான்கு உறவினர்கள், நண்பர்கள் என்று அத்தனை பேருமே தலத்திலேயே மாண்டுபோனார்கள்.

இதை ஒரு விபத்து என்று இஸ்ரேல் சொல்லும் என்று அனைவரும் எதிர்பார்த்திருக்க, இஸ்ரேல் ராணுவமோ சற்றும் தயங்காமல் ‘எங்கள் குறி தவறவில்லை. அவரைக் கொல்ல நினைத்தோம், கொன்றுவிட்டோம்’ என்று மீடியாவுக்கு பேட்டி கொடுத்தது.

பதற்றமும் துக்கமும் சூழ்ந்த வேளையில் ஹஸன் நஸ்ருல்லா ஹிஸ்புல்லாவின் தலைமைப் பொறுப்பை ஏற்றுக்கொண்டார். இயக்கம் கட்டுக்குலையாமல் இருக்க வேண்டும் என்பதுதான் அவரது முதல் நோக்கமாக இருந்தது. துக்கத்தை அழுது கரைப்பதும் குடித்துக் கெடுவதும் சோம்பேறிகளின் குணம். ஒரு போராளி அப்படி இருக்கமாட்டான் என்று சீற்றத்துடன் பேசிய நஸ்ருல்லா, உடனடியாக

மிகப்பெரிய தாக்குதல்களுக்குத் தயாராகுங்கள் என்று கட்டளையிட்டார்.

இஸ்ரேலைப் பதறச் செய்யவேண்டும். அதே சமயம் எந்த இடையூறும் இன்றிக் காரியம் நடந்தாகவேண்டும். எனவே இஸ்ரேலுக்கு வெளியே எங்காவது தாக்குதலை வைத்துக்கொள்ளலாம் என்று முடிவு செய்து, எங்கெங்கே இஸ்ரேலியர்கள் அதிகம் இருக்கிறார்கள் என்று கணக்கெடுத்தார்கள்.

இறுதியில் ப்யூனஸ் அயர்ஸ் (அர்ஜண்டைனா) தேர்ந்தெடுக்கப்பட்டது. அங்குள்ள இஸ்ரேலிய தூதரகத்தைத் தகர்த்துவிடலாம் என்று தீர்மானித்து, பொறுப்பை இமத் ஃபயாஸ் மக்னியாவிடம் ஒப்படைத்தார் நஸ்ருல்லா.

இரண்டு உத்தரவுகள். ஒன்று, கணிசமான இஸ்ரேலியர்கள் மரணமடைய வேண்டும். இரண்டாவது, தாக்குதலை ஹிஸ்புல்லா நிகழ்த்தியது என்கிற விவரம் கொஞ்ச நாளைக்காவது வெளியே வராமல் இருக்கவேண்டும்.

சரி என்று உத்தரவை வாங்கி பாக்கெட்டில் போட்டுக்கொண்டு ப்யூனஸ் அயர்ஸுக்கு வண்டி பிடித்தார் ஃபயாஸ். முன்னதாக இத்திட்டம் குறித்து சிரியாவின் உளவுப்பிரிவுடன் அவர் மிக நீண்ட பேச்சுவார்த்தை ஒன்றை நடத்தினார். சிரிய அரசாங்கம் ஹிஸ்புல்லா சார்பில் ஈரானுடன் பேச்சுவார்த்தை நடத்தியது. இரண்டு அரசாங்கங்களும் மறைமுகமாக திட்டத்துக்கு உதவி செய்வதென்று முடிவு செய்தன. *(*இந்த விவரங்கள் பின்னால் அர்ஜெண்டைனா அரசு நடத்திய புலன் விசாரணைகளின் மூலம் வெளிவந்தன.)*

ப்யூனஸ் அயர்ஸ் போய்ச் சேர்ந்து சுமார் பத்து நாள் வரை ஃபாயஸும் அவரது ஆள்களும் எந்த வேலையும் செய்யவில்லை. மாறாக இஸ்ரேலிய தூதரகம் இருக்கிற இடத்தைச் சற்றுத் தள்ளி நின்று ஆராய்ச்சி செய்தார்கள். அந்தச் சுற்றுப்புறத்தை வீடியோவில் பதிவு செய்து எடுத்துச் சென்றும் உட்கார்ந்து ஆலோசித்தார்கள்.

அந்தக் கட்டடத்துக்கு அருகில் ஒரு கிருத்தவ தேவாலயம் இருந்தது. ஒரு பள்ளிக்கூடம் இருந்தது. சக்தி வாய்ந்த வெடியாக வெடித்தால் மூன்று கட்டடங்களுமே தவிடு பொடியாகிவிடும்.

திட்டம் வெற்றிகரமாக முடிந்துவிட்டால் தப்பித்துச் செல்வதற்கு ஏற்ற வழி என்ன என்பது குறித்தும் ஆலோசித்தார்கள். அந்த இடத்துக்கு *Tri-Border Area* என்று பெயர். அர்ஜெண்டைனா, பிரேசில், பராகுவே என்று மூன்று தேசங்களின் எல்லையும் ஒன்றாகக் கூடும் இடம் அது. ஆகவே எந்த வழியாக வேண்டுமானாலும் தப்பித்துப் போகலாம் என்று முடிவு செய்தார்கள்.

மார்ச் *17, 1992* அன்று அந்தச் சம்பவம் நடந்தது. வழக்கமான டிரக். வழக்கமான வெடிபொருள். வழக்கமான தற்கொலைப்படைப் போராளி. ஓட்டிச் சென்று கட்டடத்தின் மீது வேகமாக மோதி, வெடிக்கச் செய்தான்.

ஃபயாஸ் எதிர்பார்த்தபடியே தூதரகம் மட்டுமல்லாமல் அந்த தேவாலயமும் பள்ளிக்கூடமும் கூடச் சேர்ந்தேதான் இடிந்து விழுந்தன. இருபத்தி ஒன்பது பேர் இறந்தார்கள். அதில் கணிசமானோர் இஸ்ரேலியர்கள்தாம். ஆனால் படுகாயமடைந்த *242* பேரில் யூதர்களின் எண்ணிக்கை மிகவும் குறைவு.

அனைவருமே அர்ஜெண்டைனாவைச் சேர்ந்தவர்கள். பல பள்ளிக்குழந்தைகளும் இதில் அடங்குவார்கள்.

திட்டமிட்டபடி காரியம் வெற்றிகரமாக முடிந்த திருப்தியில் ஃபயாஸ் கோஷ்டி அந்தத் திருமுக்கூடல் எல்லை வழியே தப்பித்துச் சென்றுவிட்டது. முன்னதாக ஹிஸ்புல்லாவின் பூர்வாசிரமப் பெயரான 'இஸ்லாமிக்ஜிஹாத்'என்கிற பெயரில்தாக்குதலுக்குப் பொறுப்பேற்று, மூசாவியைக் கொன்றதற்கு பதிலடி' என்று அறிக்கை வெளியிட்டுவிட்டே போயிருந்தார்கள்.

வெலவெலத்துப் போன இஸ்ரேல் உடனடியா கத் தனது புலனாய்வுப் படை ஒன்றை அர்ஜண்டை னாவுக்கு அனுப்பிவைத்தது. ஹிஸ்புல்லாதான் செய்திருக்கும் என்று எதிர்பார்த்துத் தடயங்களைத் தேடினார்கள். ஆனால் ஒரு துண்டுச் சீட்டு கூட கிடைக்கவில்லை. ஹிஸ்புல்லாவில் ஒரு கொசு கூட அர்ஜண்டைனா பக்கம் பறந்துவந்ததில்லை என்பது போல் பக்காவாக ஏற்பாடு செய்துவைத்திருந்தார்கள்.

தவிரவும் 'இஸ்லாமிக் ஜிஹாத்' என்கிற பெயர், நம்மூரில் சரவணன் என்கிற பெயரைப் போல் பிரபலமானது; நிறைய பயன்படுத்தப்படுவது. தெருவுக்குத் தெரு யார் யாரெல்லாம் திடீர்ப் புரட்சி செய்ய விரும்புகிறார்களோ, அவர்களெல்லாம் முதலில் சூடிக்கொள்ளும் பெயர் அதுதான். ஹிஸ்புல்லாவைப் போல பல பெரிய போராளி இயக்கங்கள், தொடக்கத்தில் 'இஸ்லாமிக் ஜிஹாத்' என்கிற பெயரில் பல துஷ்டகாரியங்கள் செய்திருக்கின்றன.

ஆகவே யாரைக் குற்றம் சொல்வது என்று புரியாமல் முழி பிதுங்கி நின்றன இஸ்ரேல் மற்றும் அர்ஜெண்டைன அரசுகள்.

உண்மையிலேயே 1998ம் ஆண்டு வரை இந்த வழக்கில் எந்த ஒரு இயக்கத்தையும் நேரடியாகக் குற்றம் சாட்டவே முடியவில்லை! அர்ஜெண்டைனாவில் உள்ள ஈரானிய தூதரக அதிகாரிகளை மட்டும், 'சந்தேகப்படக்கூடிய நபர்கள்' என்று சொல்லி நாடு கடத்தினார்கள். அதன்பின் ஒன்றுமில்லை.

இன்றுவரை யார் செய்தார்கள் என்பதற்கு ஆதார மில்லாத தாக்குதலாகவே இச்சம்பவம் இருக்கிறது. ஆனால் மூசாவியைக் கொன்றதற்கு வேறு யார் போய் பழிவாங்குவார்கள்? அந்த வகையில்தான் ஹிஸ்புல்லாவைச் சுட்டிக்காட்ட வேண்டியிருக்கிறது. தெரிந்த உண்மை. ஆனால் ஆதாரமில்லை!

இந்தத் தாக்குதல் சம்பவத்துக்கு ஒரு பின்னிணைப்புச் சம்பவமும் உண்டு. அது தூதரகத் தாக்குதலைக் காட்டிலும் மோசமான விளைவை ஏற்படுத்தியது.

இஸ்ரேலிய தூதரகத் தாக்குதல் வெற்றிகரமாகவே முடிந்தாலும் ஃபயாஸ் எதிர்பார்த்த பலி எண்ணிக்கை கைகூடாத காரணத்தால், இன்னொரு முயற்சி செய்து பார்க்கலாமே என்று நினைத்தார்கள். சரியாக இரண்டு வருடங்கள் கழித்து அதே ப்யூனர்ஸ் அயர்ஸில் இருந்த யூத கலாசார மையம் ஒன்றில் குண்டு வைத்தார்கள். (ஜூலை 18, 1994)

இம்முறை எதிர்பார்த்தது நடந்தது. எண்பதுக்கும் மேற்பட்ட யூதர்கள் பலியாக, இருநூறு பேர் குத்துயிரும் குலை உயிருமாக மருத்துவமனைகளுக்குத் தூக்கிச் செல்லப்பட்டார்கள்.

**விலகுகிறது இஸ்ரேல்:**

இந்தப் பெரிய காரியங்களெல்லாம் நடந்து கொண்டிருந்த காலகட்டத்தில், இஸ்ரேலுடனான நேரடி யுத்தத்தையும் ஹிஸ்புல்லா குறைத்துக்

கொள்ளவில்லை. தினசரி ஒன்று அல்லது இரண்டு இஸ்ரேலிய ராணுவ வீரர்களையாவது கோழி பலியிடுவது போலப் போட்டுத் தள்ளிக்கொண்டுதான் இருந்தார்கள். வாரத்துக்கு ஒரு இஸ்ரேலிய கிராமத்தை துவம்சம் செய்வது, மாதத்துக்கு ஒரு ராணுவ முகாமைச் சூறையாடுவது, மூன்று மாதங்களுக்கு ஒருமுறையாவது யாராவது ஒரு இஸ்ரேலிய அதிகாரியைக் கடத்திப் போய் வைத்துக்கொண்டு தண்ணி காட்டுவது என்று ஓயாமல் ஒழியாமல் 'உழைத்து'க் கொண்டேதான் இருந்தார்கள்.

1999ம் ஆண்டின் இறுதிவரை இஸ்ரேல் தாக்குதல், ஹிஸ்புல்லா பதில் தாக்குதல்; ஹிஸ்புல்லா தாக்குதல், இஸ்ரேல் பதில் தாக்குதல் என்று இந்த யுத்தம் ஒரு நாள் விடாமல் நடந்துகொண்டுதான் இருந்தது. ஞாயிற்றுக் கிழமை விடுமுறை கூடக் கிடையாது!

குறிப்பாக 99ம் ஆண்டின் இறுதி மூன்று மாதங்களில் இந்த யுத்தம் மிகத் தீவிரமடைந்தது. அதுவரை இஸ்ரேலிய எல்லைப்பகுதிகளில் மட்டுமே தாக்குதல் நடத்திக்கொண்டிருந்த ஹிஸ்புல்லா, அப்போது டெல் அவிவ் வரை முன்னேறி வந்து எதிர்பாராத தருணங்களில் குண்டுவெடிக்க ஆரம்பித்து விட்டார்கள். எப்படி, எங்கிருந்து ஊடுருவுகிறார்கள் என்பதே கண்டுபிடிக்க முடியாமல் இருந்தது.

காஸா பகுதியில் கோலோச்சிக்கொண்டிருந்த ஹமாஸுக்கும் ஹிஸ்புல்லாவுக்கும் தொடர்பும் நெருக்கமும் உண்டு என்பது இஸ்ரேலிய ராணுவத்துக்குத் தெரியும். ஆனால் அந்த நெருக்கத்தின் இறுக்கம் எத்தனை என்பது குறித்த துல்லியமான விவரங்கள் அவர்களிடம் கிடையாது.

ஹிஸ்புல்லாவினர், போராளிகளாக அல்லாமல், வர்த்தகர்கள் போலவும் அதிகாரிகள் போலவும் தலையைச் சுற்றி மூக்கைத் தொடும் வழியில் டெல் அவிவுக்கு வந்துவிடுவார்கள். அங்கே அவர்களுக்குத் தேவையான ஆயுதங்களை ஹமாஸ் போராளிகள் தயாராக வைத்திருப்பார்கள். ஒரே இரவுதான். அடித்து துவம்சம் பண்ணிவிட்டு பஸ் பிடித்து எல்லை வரை போயே விடுவார்கள். அங்கே காத்திருக்கும் ஹிஸ்புல்லாவின் வாகனங்கள் அவர்களை அப்படியே கொத்திக்கொண்டு ஊருக்குள் ஓடிவிடும்.

ஒரு கட்டத்தில், பாலஸ்தீன் இயக்கங்களின் தொல்லையே பெருந்தொல்லையாகப் போக, எதற்கு இந்த லெபனானைக் கட்டிக்கொண்டு அழவேண்டும் என்று நினைக்கும் அளவுக்கு ஹிஸ்புல்லாவால் இஸ்ரேல் அரசு மிகவும் பாதிக்கப்பட்டுவிட்டது.

வேறு வழியே இல்லை. லெபனானிலிருந்து வாபஸ் வாங்கித்தான் தீரவேண்டும் என்று முடிவு செய்தார்கள். மே 23, 2000 அன்று ஏரியல் ஷரோன் அரசு, இஸ்ரேலியப் படைகள் லெபனானிலிருந்து திரும்பும் என்று பகிரங்கமாக அறிவித்தார். பதினெட்டு வருடங்களாக லெபனானில் இருந்த படை அது!

தாக்குப் பிடிக்க முடியவில்லை என்று சொல்லாமல் சொல்லிவிட்டு வெளியேறத் தொடங்கியதும், தெற்கு லெபனான் மக்கள் ஆனந்தக் கூத்தாடினார்கள். ஹிஸ்புல்லாவினரைத் தலைக்குமேல் தூக்கி வைத்துக்கொண்டு குதித்தார்கள். இனிப்புகள் பரிமாறப்பட்டன. பட்டாசுகள் வெடிக்கப்பட்டன. ஹிஸ்புல்லாவிலேயே சந்தோஷம் என்கிற உணர்ச்சி முதல் முதலில் வெளிப்பட்ட தருணம் அது!

ஜூன் மாதம் 2000ம் வருடம், ஐ.நாவின் பொதுச்செயலாளர் லெபனான் நிலைமையை ஆராய்ந்துவிட்டு, இஸ்ரேல் படைகள் விலகியது உண்மைதான் என்று அறிவித்தார். பின்னாலேயே வால் போல் ஒட்டிக்கொண்டுவந்த ஐ.நாவின் பாதுகாப்பு கவுன்சில், 'ஆம். நான் வழிமொழிகிறேன்' என்று சர்டிபிகேட் கொடுத்தது.

ஆனால் ஹிஸ்புல்லா இதனை முழுக்க ஒப்புக்கொள்ளவில்லை. லெபனான் - சிரியா எல்லைப்பகுதியில் உள்ள ஒரு சிறு நிலப்பரப்பு அப்போதும் இஸ்ரேல் வசம்தான் இருந்தது. அது சிரியாவுக்குச் சொந்தமான இடம் என்று சிரிய அரசாங்கம் சொல்லிக்கொண்டிருந்தாலும், புவியியல் ரீதியிலும் லெபனான் பிரிக்கப்பட்டபோது இழுக்கப்பட்ட எல்லைக்கோட்டு ரீதியிலும் அந்த இடம் லெபனானுக்கே சொந்தமானது என்றும், இன்னும் இஸ்ரேல் முழுக்க காலி பண்ணவில்லை; அதனால் நாங்கள் போரை நிறுத்தப்போவதில்லை என்றும் அறிவித்தது.

காஃபி - டாஃபி யுத்தம் இன்றுவரை தொடர்ந்து கொண்டேதான் இருக்கிறது!

# 7

# ஹிஸ்புல்லா – பாலஸ்தீன்: உறவுகள் தொடர்கதை

அந்தப் பக்கம் துருக்கி தொடங்கி இந்தப் பக்கம் ஆப்கனிஸ்தான் வரை; மேலே ஈரான் முதல் கீழே ஏமன் துறைமுகம் வரை. நடுவில் ஒரு கோடு போடும் செங்கடல் ஒரு பிரச்னை இல்லை என்றால் எகிப்தையும் சேர்த்துக்கொள்ளலாம். மத்தியக் கிழக்கு என்று பொதுவில் சொல்லப்படும் இந்தப் பெரிய நிலப்பரப்பின் எந்த ஒரு சந்தில் போய் நின்று பாலஸ்தீன் என்று குரல் கொடுத்தாலும் கொடி பிடிக்கவோ, தடி பிடிக்கவோ நாலு பேர் கண்டிப்பாக இருப்பார்கள்.

மத்தியக் கிழக்கின் நிரந்தர சோகம் அது. என்றைக்கு இஸ்ரேல் என்றொரு புதிய பெயரை பாலஸ்தீன் மண்ணின் ஒரு பகுதிக்குச் சூட்டி, யூதர்கள் அங்கே குடிவந்தார்களோ *(1948)*, அன்றிலிருந்து இன்றுவரை காயாமல் ஓடிக்கொண்டிருக்கும் கண்ணீர் நதி அது.

யூதர்கள்வந்தேறிகள், அவர்களைஒழித்துவிட்டுத்தான் மறுகாரியம் என்று பாலஸ்தீன் அரேபியர்கள் கச்சை கட்டிக்கொண்டிருக்கிறார்கள். ஒட்டுமொத்த அரபு உலகமும் தன் இருப்புக்குப் பிரச்னை என்று கருதும் இஸ்ரேல், சாத்தியமுள்ள அத்தனை விதங்களிலும் மத்தியக் கிழக்கைக் கூறுபோடப் பார்க்கிறது.

பாலஸ்தீன் அரேபியர்களின் நியாயத்தை மேற்கு உலகம் பொதுவாகக் கண்டுகொள்வதில்லை. குறிப்பாக அமெரிக்கா. அவர்களுக்கு மத்தியக் கிழக்கின் எண்ணெய் வளம் முக்கியம். அதன்மூலம் கொழிக்கும் பணம் முக்கியம். இஸ்ரேல் ஒரு துருப்புச் சீட்டு. அமெரிக்காவின் மத்தியக் கிழக்குச் சின்ன வீடு மாதிரியான பிரதேசம் அது. இஸ்ரேலை வைத்துத்தான் அமெரிக்கா அங்கே கபடி ஆடுகிறது. அத்தனை அரபு தேசங்களையும் நிரந்தர அச்சத்தில் வைத்திருக்கிறது. குவைத்தில் யுத்தம், சவூதி அரேபியாவில் படைத்தளம், ஈராக்கில் ரகளை, ஆப்கனில் அடிதடி, ஈரான் மேல் அடுத்த கண் என்று ஒட்டுமொத்த மத்தியக் கிழக்கையும் கபளீகரம் செய்யும் அமெரிக்காவின் ஆசைக்கு இஸ்ரேல் ஒன்றுதான் அந்தப் பிரதேசத்தில் ஆதரவு தெரிவிக்கும் தேசம்.

ஏற்கெனவே சவூதி அரேபியா, குவைத், ஈராக், ஆப்கனிஸ்தான் என்று வரிசையாக மத்தியக் கிழக்கு தேசங்கள் அமெரிக்காவின் பிடியில் அகப்பட்டுவிட, பாலஸ்தீனியர்களின் குரல், தாயற்ற அபலைக் குழந்தையின் கதறல்போல் காற்றில் கரைந்துபோகத் தொடங்கிவிட்டது.

சக தேசங்கள் உதவாத சூழ்நிலையில், சக போராளி இயக்கங்கள்தான் பாலஸ்தீனிய இயக்கங்களுக்கு

உதவியாக வேண்டிய நிலைமை. அரசாங்கங்கள் எதிர்கொள்ள வேண்டிய ராஜாங்க ரீதியிலான பிரச்னைகள், பேச்சுவார்த்தை சடங்குகள், செயற்கையான அமைதி பாவனை, நல்லுறவு சுற்றுப்பயணங்கள் இன்னபிற அபத்தங்கள் எதுவும் இத்தகைய போராளி இயக்கங்களுக்கு நிர்ப்பந்தம் இல்லை. கண்ணுக்குக் கண்; பல்லுக்குப் பல். உயிருக்கு உயிர். உடைமைக்கு உடைமை.

ஓரடி கொடுத்தால் ஒன்பதாகத் திருப்பிக் கொடுக்கும் துணிவும் திராணியும் இந்த இயக்கங்களிடையே இருப்பதுதான் இஸ்ரேலுக்கு இன்றைய தேதியில் இருக்கும் ஒரே முட்டுக்கட்டை. அரசாங்கங்களால் கைவிடப்பட்ட பாலஸ்தீனிய மக்களுக்கும் இந்த இயக்கங்கள்தான் ஆறுதலும் ஓரளவு நம்பிக்கையும் தருகின்றன.

பாலஸ்தீன் விடுதலை இயக்கங்கள் என்பவை ஒன்றிரண்டு அல்ல. இருபத்தைந்துக்கும் மேற்பட்ட போராளி இயக்கங்கள் பாலஸ்தீனுக்குள் உண்டு. அவற்றில் பெரும்பாலான இயக்கங்கள் யாசிர் அரஃபாத் இருந்தவரை அவரது தலைமையில் பி.எல்.ஓ. என்னும் பாலஸ்தீன் விடுதலை இயக்கங்களின் கூட்டமைப்பு என்னும் குடையின்கீழ் வேலை செய்துகொண்டிருந்தன.

பி.எல்.ஓவுக்கு வெளியே இருந்து ஆதரவு கொடுத்த ஹமாஸ் போன்ற இயக்கங்களும் அங்கே உண்டு. இவற்றில் தீவிர முஸ்லிம் இயக்கங்கள், சாது முஸ்லிம் இயக்கங்கள், மதச்சார்பற்ற இயக்கங்கள், இடதுசாரி இயக்கங்கள், எதையும் சாராத இயக்கங்கள் எனப் பலவகை இயக்கங்கள் அடக்கம். குறிப்பிட்ட தேசிய அடையாளம் ஏதுமில்லாத அல் காயிதா முதல்

எங்கோ தொலை தூரத்தில் இந்தோனேஷியாவிலும் தாய்லாந்திலும் செயல்பட்டுக்கொண்டிருக்கும் ஜமா இஸ்லாமியா வரை பாலஸ்தீன் மக்களுக்காகக் கவலைப்படவும் ஏதாவது செய்யவும் துடிக்கும் போராளி இயக்கங்கள் உலகம் முழுவதும் உண்டு.

எனில், பக்கத்து வரப்பில் வேலை செய்து கொண்டிருக்கும் ஹிஸ்புல்லா பற்றிச் சொல்லவே வேண்டாம் அல்லவா?

ஹிஸ்புல்லாவின் அடிப்படை நோக்கமும் பாலஸ்தீன் இயக்கங்களின் அடிப்படை நோக்கமும் ஒன்றுதான். இஸ்ரேல் ஒழிய வேண்டும். அரபு மண்ணில் கட்டக்கடைசி யூதன் ஒருவன் இருக்கும்வரை இந்த இயக்கங்களின் போர் நிற்கப்போவதில்லை.

ஹிஸ்புல்லா தொடங்கப்பட்ட தினம் முதலேயே இது இஸ்ரேலுக்குப் புரிந்துவிட்டது. பாலஸ்தீன் இயக்கங்களையாவது அவர்களால் பேச்சுவார்த்தைக்குக்கூப்பிட்டு உட்காரவைத்து ஏதோ கொஞ்சம் சமரசம் செய்துகொள்ள முடிந்திருக்கிறது. யாசிர் அரஃபாத் கொஞ்சம் மிதவாதியாக இருந்த காரணத்தால் அநேகப் பேச்சுவார்த்தைகளைப் பல்வேறு காலகட்டங்களில் இஸ்ரேலுடன் நிகழ்த்தியிருக்கிறார்.

இன்றைக்கு பாலஸ்தீன் அத்தாரிடி என்கிற பெயரில் மேற்குக் கரையிலும் காஸா பகுதியிலும் பாலஸ்தீனியர்களின் ஆட்சி, பெயரளவுக்காவது சாத்தியமாகியிருப்பதற்குக் காரணம் அதுதான். அடிக்கடி பாலஸ்தீனியர்களின் பகுதியில் இஸ்ரேல் ஊடுருவுவதும், தாக்குதல் நிகழ்த்துவதும், பாலஸ்தீன் அமைச்சர்கள் உள்பட யாரை வேண்டுமானாலும் கைது செய்வதும் நடக்கத்தான் செய்கிறது

என்றபோதும் சரித்திரத்தில் முதல்முறையாகப் பாலஸ்தீனியர்களுக்கென்று ஒரு தனி அடையாளம் இப்போதுதான் சாத்தியமாகியிருக்கிறது, அதுவும் அரஃபாத்தின் முயற்சியினால்தான் என்பதை மறக்கக்கூடாது.

இதெல்லாமே நல்லது நடப்பதற்கான ஆரம்ப அறிகுறிகள் என்று நினைப்பவர்கள் உண்டு. போயும் போயும் இஸ்ரேலிடம் பிச்சை வாங்கியா பாலஸ்தீனியர்கள் பிழைக்க வேண்டும் என்று பேசுவோரும் உண்டு.

ஹிஸ்புல்லா இதில் இரண்டாவது கட்சிதான் என்றபோதும் இன்றுவரை பாலஸ்தீனியர்களுக்காகப் போரிடுவதில் தங்கள் வேகத்தை அவர்கள் குறைத்துக் கொண்டதே இல்லை. அரசியல் ஏற்பாடுகளெல்லாம் தலைவர்களால் செய்யப்படுபவை; மக்கள் என்ன செய்வார்கள் என்பதுதான் ஹிஸ்புல்லாவின் நிலைபாடு. *(ஹிஸ்புல்லாவில் யாசிர் அரஃபாத்தை அடியோடு பிடிக்காத தலைவர்கள் பலர் உண்டு! ஆனாலும் அவர் இருந்தவரை அவருக்குரிய மரியாதையை எள்ளளவும் குறைத்துக் கொடுத்ததில்லை.)*

பாலஸ்தீன் போராளி இயக்கங்கள் அனைத்துமே ஹிஸ்புல்லாவுடன் மிக நெருக்கமான தொடர்பு கொண்டவை. தெற்கு லெபனானில் அவர்கள் தங்கு வதற்கு இடம் கொடுத்து உதவிய காரணத்தினால் மட்டுமல்ல. இன்றுவரை இஸ்ரேலுக்கு எதிரான பாலஸ்தீன் இயக்கங்களின் அத்தனை நடவடிக்கை களுக்கும் ஹிஸ்புல்லா கண்ணை மூடிக்கொண்டு ஆதரவு அளித்துவருகிறது.

ஹிஸ்புல்லாவின் இத்தகைய உதவிகளை ஏழு விதமாகப் பிரிக்கலாம்:

- எந்த இயக்கத்தில் புதிதாகப் போராளிகளைச் சேர்த்தாலும் அவர்களை லெபனானுக்கு வரவழைத்துப் போர்ப்பயிற்சி அளிப்பது.
- பாலஸ்தீன் இயக்கங்களின் தேவைக்காகவே இஸ்ரேலிய ராணுவ முகாம்களிலிருந்து ஆயுதங் களைக் கடத்தி, பத்திரமாகக் கொண்டுபோய் அவர்களிடம் சேர்ப்பது.
- பாலஸ்தீன் இயக்கங்கள் கேட்டுக்கொண்டால், அவர்கள் சார்பில் இஸ்ரேலியத் துருப்புகள் மீதும் இஸ்ரேலிய இலக்குகள் மீதும் தாக்குதல் மேற்கொள்வது.
- பெரும்பாலான பாலஸ்தீன் இயக்கங்களுக்கு இஸ்ரேலியத் தலைநகர் உள்ளிட்ட பல முக்கிய நகரங்களில் அதிரடித் தாக்குதல்கள் நடத்த வசதி கிடையாது. அப்படி அவர்கள் திட்டமிடும்போது பின்னணியில் இருந்து உதவிகள் செய்வது. (குறிப்பாக டெல் அவிவ் நகரில் பாலஸ்தீன் இயக்கங்கள் - ஹமாஸ் நீங்கலாக - மேற்கொண்ட பல வெடிகுண்டுச் சம்பவங்களின் பின்னணியில் ஹிஸ்புல்லா இருந்திருக்கிறது.)
- பாலஸ்தீன் போராளிகளுக்குப் பொருளுதவி செய்வது. (தனக்கு ஈரான் மற்றும் சிரியா அரசாங்கங்கள் அளிக்கும் உதவியில் ஒரு பங்கை பாலஸ்தீன் இயக்கங்களுக்கு வழங்குவது என்பதை ஹிஸ்புல்லா தொடக்ககாலம் முதல் கடைப்பிடித்து வருகிறது.)

- பாலஸ்தீன் இயக்கத்தவர்கள் யாரையாவது இஸ்ரேலியப் படைகள் சிறைப்பிடித்தால், பதிலுக்கு இஸ்ரேலிய சிவிலியன்களைக் கடத்திக்கொண்டு போய்விடுவது. சிறைப் பிடித்த போராளிகளை இஸ்ரேல் விடுவித்தால்தான் தான் கைது செய்து வைத்திருக்கும் இஸ்ரேலிய சிவிலியன்களை விடுவேன் என்று அடம்பிடிப்பது.

- இவை எல்லாவற்றுக்கும் மேலாக, பெரும் தாக்குதல் திட்டங்களுக்கு செயல்திட்டம் வகுத்தளிப்பது. உடனிருந்து ஆலோசனைகள் வழங்குவது. லெபனானில் பாலஸ்தீன் இயக்கங்கள் தங்குதடையின்றி வந்து போவதற்கு, பயிற்சிகள் மேற்கொள்வதற்கு உறுதுணையாக இருப்பது.

***பாலஸ்தீன் அத்தாரிடி:***

பாலஸ்தீன் அத்தாரிடி என்பது மேற்குக் கரைப் பகுதியையும் காஸா பகுதியையும் பெயரளவுக்கு ஆளும் பாலஸ்தீன் இயக்கத்தினரைக் குறிக்கும் சொல். (முன்பு பி.எல்.ஓ ஆட்சி புரிந்தது. இப்போது ஹமாஸ்.) தேர்தல் வைத்து, ஜனநாயக முறைப்படி பிரதமரெல்லாம் தேர்ந்தெடுக்கப்பட்டாலும் இஸ்ரேல் ஊடுருவலும் கைது நடவடிக்கைகளும் தாக்குதல் நடவடிக்கைகளும் இன்றுவரை இங்கே உண்டு.

தன்னுடைய இந்த நடவடிக்கைகளுக்கு இஸ்ரேல் அரசு சொல்லும் மிக முக்கியக் காரணம் இதுதான்: "பாலஸ்தீன் அத்தாரிடியினர், ஆட்சியாளர்கள் போல் நடந்துகொள்வதில்லை. இன்னும் போராளி இயக்கத்தவர்களாகவே நடந்துகொள்கிறார்கள்.

பல தீவிரவாத நடவடிக்கைகளில் தொடர்ந்து ஈடுபடுகிறார்கள். ஆயுதக் கடத்தல்கள் நடக்கின்றன.''

அவர்களது இருப்பியல் பிரச்னை அப்படிப்பட்டது. இஸ்ரேலை எப்படி முழுக்க நம்பமுடியும் என்கிற அவர்களது கேள்விக்கு இன்றுவரை யாரும் சரியான பதில் சொல்லுவதில்லை. பாலஸ்தீன் அத்தாரிடிக்கு ஆயுதங்கள் வேண்டும்தான். இயக்கங்களின் ஒத்துழைப்பும் மற்றதும் அவசியம் தேவைதான். சக பாலஸ்தீன் போராளி இயக்கங்களுடன் மட்டுமல்லாமல் ஹிஸ்புல்லா போன்ற சில வெளிநாட்டு இயக்கங்களுடனும் அவர்களுக்கு நீடித்த நல்லுறவு கட்டாயம் உண்டு. இதில் ஒளிவு மறைவே இல்லை.

இன்றைக்கு பாலஸ்தீன் அரசியல் உலகில் ஹமாஸ் ஒரு தவிர்க்க முடியாத சக்தியாக, ஆளும் கட்சியாக எழுந்து நிற்கிறது. யார் எதிர்பார்த்திருப்பார்கள், ஹமாஸ் தேர்தலில் நிற்கும் என்று? அல் காயிதா - ஹிஸ்புல்லா - ஹமாஸ் என்று எப்போதும் இந்த மூன்று இயக்கங்களை ஒன்றாகச் சேர்த்தேதான் மாபெரும் தீவிரவாத இயக்கங்களாக மேற்கு உலகம் சொல்லிவந்திருக்கிறது.

ஹமாஸின் அரசியல் பிரவேசத்துக்கு ஹிஸ்புல்லா ஒரு உந்து சக்தி. ஒரு முன்மாதிரி. போராளி இயக்கமாக உயிர்த்திருப்பதற்கும் அரசியலில் வலுவாக வேரூன்றுவதற்கும் எந்தத் தொடர்பும் கிடையாது என்பதுதான் ஹிஸ்புல்லாவின் சித்தாந்தம். ஏன் நாம் போராளிகளாக இருக்கிறோம்? அரசியல் ரீதியில் சுதந்தரமும் நிம்மதியும் பாதுகாப்பும் கோரித்தானே? இன்றைய அரசியல் பாராளுமன்ற ஜனநாயகத்தை முன்வைத்துத்தான் சாத்தியம் என்றால் அந்தக்

கதவையும் நாம் திறப்போம் என்று முதல் முதலில் அரசியலில் தடம் பதித்த போராளி இயக்கம் ஹிஸ்புல்லாதான்.

அதைப் பார்த்துத்தான் ஹமாஸ் அரசியலுக்கு வந்தது. யாசிர் அரஃபாத் இருந்தவரை எத்தனையோ முறை ஹமாஸை இது சம்பந்தமாக வற்புறுத்தி, வலியுறுத்தி, கெஞ்சி, கொஞ்சிக் கேட்டுப்பார்த்திருக்கிறார்.

மசியவில்லையே? ஆனால் ஹிஸ்புல்லா, லெபனான் பாராளுமன்றத்துக்குள் நுழைந்தபிறகு மக்கள் மத்தியில் பெற்ற செல்வாக்கும் ஆதரவும் அவர்களை யோசிக்க வைத்தது. ஒரே சமயத்தில் அரசியல் கட்சியாகவும், போராளி இயக்கமாகவும் அவர்களால் வெற்றிகரமாகச் செயல்படமுடிவதைப் பார்த்தபிறகுதான் ஹமாஸும் பாலஸ்தீன் தேர்தலில் நிற்கத் துணிந்தது.

இது ஹிஸ்புல்லாவுக்குத் தனிப்பட்ட முறையில் மகிழ்ச்சிதான். ஹமாஸ் ஆட்சிப்பொறுப்பை ஏற்ற போது நஸ்ருல்லா அதை மனமகிழ்ந்து பாராட்டி வரவேற்றிருக்கிறார். அந்தச் சந்தர்ப்பத்தில் ஹமாஸுக்கு நஸ்ருல்லா அளித்த ஒரே ஒரு அட்வைஸ்: "புதிய ஆயுதம் ஒன்று உங்களுக்குக் கிடைத்திருக்கிறது. எனில், பழசைத் தூக்கி எறிந்துவிட வேண்டுமென்ற அர்த்தம் இல்லை. இஸ்ரேல் விஷயத்தில் இரண்டின் தேவையும் எப்போதும் இருக்கும்."

சொன்னது சரி என்பதாகத்தான் இன்றுவரை இஸ்ரேலின் நடவடிக்கைகள் இருக்கின்றன என்பதையும் பார்க்கவேண்டும்.

பாலஸ்தீன் அத்தாரிடி - ஹிஸ்புல்லா உறவு என்பதை, ஹமாஸ் - ஹிஸ்புல்லா உறவு என்பதாகப் பார்ப்பது இன்னும் எளிமையாக இருக்கும்.

தொடக்க காலத்தில் ஹமாஸும் ஹிஸ்புல்லா போலவே இஸ்ரேலுடன் பேச்சுவார்த்தைகளுக்கு வாய்ப்பே இல்லை என்றுதான் சொல்லிவந்தது. அது ஒரு ஒழிக்கப்பட வேண்டிய தேசம் என்கிற கருத்துதான் ஹமாஸுக்கும். ஆனால் பாலஸ்தீன் அரசியல் சூழல், ஹமாஸின் இருப்பியல் பிரச்னைகள், மக்கள் நலன், சர்வதேச நெருக்கடி - குறிப்பாகத் தேர்தல் வெற்றிக்குப் பிறகு - ஹமாஸை வலுக்கட்டாயமாக இஸ்ரேலின் இருப்பை அங்கீகரிக்கும் ஓர் இயக்கமாக மாற்றியது.

இந்த விஷயத்தில் ஹிஸ்புல்லாவுக்குக் கோபம்தான். யாசிர் அரஃபாத், இஸ்ரேலின் இருப்பை அங்கீகரிக்கிறார் என்கிற கோபத்தினால்தான் ஹமாஸ் பி.எல்.ஓவிலேயே இணையாமல் தனியே நின்று போராடியது. அதே ஹமாஸ் இன்று யாசிர் அரஃபாத் செய்தது போலவே ‘இஸ்ரேலை அங்கீகரிக்கிறேன்’ என்று சொல்வது என்ன நியாயம் என்பதுதான் ஹிஸ்புல்லாவின் கேள்வி.

ஹமாஸில் இதற்கு பதில் இல்லை. ஆனால் இந்த ஒரு முரண்பாட்டினால் ஹமாஸ், ஹிஸ்புல்லா உறவில் பெரிய விரிசல்கள் ஏதும் நேர்ந்துவிடவில்லை.

இன்றைக்கும் காஸா பகுதியில் எகிப்திலிருந்து ஆயுதம் எடுத்து வரும் ஹிஸ்புல்லா கப்பல்களுக்குத் துறைமுகம் திறந்தே இருக்கும். அதேபோல ஹமாஸுக்குத் தேவையான உளவுத் தகவல்களை, ஆயுத உதவிகளை ஜோர்டன் எல்லை வழியே மேற்குக் கரைப் பகுதி ஆட்சியாளர்களிடம் கொண்டுவந்து சேர்க்கிற விஷயத்தில் ஹிஸ்புல்லா மிகத் தீவிரமாக உதவி செய்கிறது.

ரஜார், நப்லஸ், ஜெருசலேம் ஆகிய மூன்று இடங்களில் உள்ள ஹமாஸின் பயிற்சி முகாம்களுக்கு ரெகுலராக ஹிஸ்புல்லா வாத்தியார்கள்தான் போய் வகுப்பெடுக்கிறார்கள்.

ஹிஸ்புல்லாவுக்கு ஹமாஸ் மூலம் கிடைக்கும் வெடிமருந்துப் பொருள்கள் அனைத்தும் (ஹமாஸ், வெடிகுண்டு தயாரிப்பில் ஒரு மாஸ்டர் இயக்கம். குண்டு தயாரிப்பில் ஹமாஸ் அளவு நேர்த்தி வேறு எந்த இயக்கத்துக்கும் இன்றுவரை சாத்தியமில்லை.) காஸா கடல் பகுதி வழியே அபூ-ஸ்னான் *(Abu-Snan)* என்கிற இஸ்ரேல் - லெபனான் எல்லைப்பகுதி கிராமம் வரை ஹமாஸ் போராளிகளால் நேரடியாக எடுத்துச் செல்லப்பட்டு ஹிஸ்புல்லா முகாம்களில் ஒப்படைக்கப்படுகிறது.

ஹிஸ்புல்லாவுக்குத் தேவையான கம்ப்யூட்டர்கள், சிப்கள், வயர்லெஸ் கருவிகள் போன்றவற்றை, தென்னமெரிக்க நாடுகளிலிருந்து ஹமாஸ்தான் வாங்கி அனுப்புகிறது. பதிலுக்கு, தனக்குக் கிடைக்கும் ஈரானிய நிதி உதவியிலிருந்து கணிசமான ஒரு தொகையை ஹமாஸுக்கு ஹிஸ்புல்லா வழங்குகிறது. இந்த உதவிகள், உறவு எல்லாம் ஒளிவு மறைவில்லாதவை.

ஹமாஸுடன் மட்டுமல்லாமல் ஏனைய அனைத்து பாலஸ்தீன் போராளி இயக்கங்களுடனும் ஹிஸ்புல்லாவுக்கு இதேமாதிரியான நல்லுறவு உண்டு. ஒரே ஒரு வித்தியாசம். ஹமாஸ், ஹிஸ்புல்லாவுக்குச் செய்யும் பதில் மரியாதைகள்போல் மற்ற இயக்கங்கள் செய்வதில்லை. வசதி அதிகமில்லாத போராளி இயக்கங்கள் பல, ஹிஸ்புல்லாவின் உதவியுடன் தான் உயிர்த்திருக்கவே செய்கின்றன!

## 8

# அரசியலில் ஹிஸ்புல்லா

அமெரிக்கா, இஸ்ரேல், கனடா தவிர உலகில் வேறு எந்த ஒரு தேசமும் இன்றுவரை ஹிஸ்புல்லாவை ஒரு முழுமையான தீவிரவாத இயக்கமாக அறிவிக்கவில்லை. பிரிட்டனும் ஆஸ்திரேலியாவும் ஹிஸ்புல்லாவின் ஜிஹாத் பிரிவை மட்டும் தீவிரவாதப் பட்டியலில் பெயரளவுக்குச் சேர்த்திருக்கின்றன.

ஏன் ஹிஸ்புல்லா எந்த ஒரு தீவிரவாதச் செயலிலும் இறங்கியதே இல்லையா? நேரடி யுத்தத்தை விடுங்கள். எத்தனை ஆள் கடத்தல்கள்! எத்தனை குண்டு வெடிப்புகள், தூதரகத் தகர்ப்புகள், விமானக் கடத்தல்கள்! அல் காயிதாவுக்கு நிகரான சக்தி படைத்த இயக்கமாக அத்தனை பேராலும் ஏற்றுக்கொள்ளப்படுகிற ஓர் அமைப்பை ஏன் யாராலும் மனமுவந்து தீவிரவாத இயக்கம் என்று சொல்லமுடிவதில்லை?

அதுதான் ஹிஸ்புல்லா. ஒரு அரசியல் பேரியக்க மாகவும் சமூக நல இயக்கமாகவும் ஹிஸ்புல்லா

பெற்றிருக்கும் பிம்பம், அதன் தீவிரவாத முகத்தைக் காட்டிலும் பெரிது. தவிரவும் அழகானது. வெளி வேஷத்துக்காக இல்லை. உண்மையிலேயே ஒரு மக்கள் இயக்கமாக ஹிஸ்புல்லா லெபனானில் செய்திருக்கும் காரியங்கள் அதற்குமுன் அந்த தேசத்தின் சரித்திரம் கண்டிராதவை.

ஹிஸ்புல்லா அரசியலில் கால்வைத்து, மக்கள் நலப் பணிகளில் ஈடுபடத்தொடங்கியபோது மேற்கொண்ட நடவடிக்கைகள் பற்றித் தெரிந்துகொள்வதற்கு முன்னால் லெபனானின் அரசியல் சூழ்நிலை பற்றிய அடிப்படை விவரங்களைக் கொஞ்சம் பார்த்துவிட வேண்டும்.

**லெபனான் அரசியல்:**

இந்தியாவைப் போல லெபனானிலும் பாராளுமன்ற ஜனநாயகம்தான் அமலில் இருக்கிறது. ஆனால் அமைப்பு முறையில் பல மாறுதல்கள் உண்டு.

உதாரணமாக, ஜனநாயக முறைப்படி நாலு வருஷத்துக்கு ஒருமுறை தேர்தல் நடக்கும், அதன் அடிப்படையில்தான் ஆட்சியாளர்கள் தேர்ந்தெடுக்கப்படுவார்கள் என்றாலும் லெபனானின் பிரதமராக வருபவர் ஒரு சன்னி முஸ்லிமாகத்தான் இருக்கவேண்டும் என்று அரசியல் அமைப்புச் சட்டம் சொல்கிறது. பிரதமர் சன்னி முஸ்லிம் என்றால் சபாநாயகர் கண்டிப்பாக ஷியா முஸ்லிமாகத்தான் இருக்கவேண்டும்.

ஆறு வருடங்களுக்கு ஒருமுறை அங்கே அதிபர் தேர்தல் நடக்கும். அதிபராகப்பட்டவர் கண்டிப்பாக ஒரு கிருத்தவராகத்தான் இருக்கவேண்டும். இதுவும் அரசியல் சாசனச் சட்டம்தான்.

ஏகப்பட்ட இனக்குழுக்களையும் கிருத்தவ, இஸ்லாமிய, ட்ரூஸ் பெரும்பான்மையினரையும் கொண்ட லெபனான், இந்த மத, இன மக்களுக்குச் சரியான அரசியல் பிரதிநிதித்துவம் வழங்கப்படவேண்டும் என்பதில் மிகுந்த கவனமாக இருக்கும் தேசம்.

ஆனால் கட்சி அரசியல் என்று வரும்போது பல பணக்காரத் தனிமனிதர்கள்தான் தத்தம் இனக்குழுக்களைச் சார்ந்த கட்சிகளை உருவாக்கி வளர்ப்பதும் போஷிப்பதும் தேர்தலில் முன்னிறுத்து வதுமான காரியங்களைச் செய்கிறார்கள். இதனால் அரசாங்கம் ஒரு பக்கம் ஆள்வது போலவே, இந்தத் தனிமனிதர்களின் ராஜாங்கமும் அமோகமாக நடக்கும். இவர்களது தொகுதியில், இவர்களது கட்சியை மீறி இன்னொரு கட்சி வெற்றிபெறவே முடியாது. ஆகவே, எந்த ஒரு அரசியல் கட்சியும் தேசம் முழுவதிலும் கொடி நாட்ட முடியாது.

நம் ஊரில் ஒரு காங்கிரசும் பிஜேபியும் பெருவெற்றி பெற்று ஆட்சியமைப்பது மாதிரியெல்லாம் அங்கே சாத்தியமே இல்லை. பிராந்திய இயக்கங்கள்தான் எப்போதும் அந்தந்தப் பிராந்தியங்களில் ஜெயிக்கும். அத்தனை இயக்கங்களுமே மதம் மற்றும் இனம் சார்ந்து தேர்ந்தெடுக்கப்படுபவை மட்டுமே.

உதாரணமான ஆதி மத்தியக் கிழக்கு கிருத்தவர்கள் அதிகம் வாழும் பகுதி அல்லது தொகுதிகளில் எந்த ஒரு முஸ்லிம் கேண்டிடேட்டும் ஜெயிக்க முடியாது. கிழக்குப் பகுதிகளிலிருந்து வந்தேறிய ஆர்த்தடாக்ஸ் கிருத்தவர்கள் அதிகம் வசிக்கும் பகுதிகளில், அந்தப் பிராந்தியத்தில் பிறந்து வளர்ந்த அரசியல் கட்சிகள் மட்டுமே தேர்தலில் ஜெயிக்கும். (எதிர்த்துக் கூட யாரும் நிற்கமாட்டார்கள்.)

இதுதவிர கிரேக்க கத்தோலிக்கத் தொகுதிகள், ஆர்மீனியன் ஆர்த்தடாக்ஸ் கிருத்துவத் தொகுதிகள், சன்னி முஸ்லிம் தொகுதிகள், ஷியா முஸ்லிம் தொகுதிகள், ட்ரூஸ் இனத் தொகுதிகள் என்று முழு தேசமுமே ரிசர்வ் தொகுதிகள்தாம்!

ஆகவே கூட்டணிகளின் பலம் ஒன்றே ஆட்சியமைப்பவர்களைத் தீர்மானிக்கிறது. இந்தக் கூட்டணிகளையும் மேற்சொன்ன பணக்காரத் தனிநபர்களே பெரும்பாலும் தீர்மானிப்பார்கள்.

எழுபதுகளுக்கு முன்புவரை லெபனானில் கிருத்தவர்களின் எண்ணிக்கை அதிகம் இருந்தது. ஆனால் உள்நாட்டு யுத்தத்தை அடுத்த கணக்கெடுப்பு களின்பிறகு கிருத்தவர்களும் முஸ்லிம்களும் சரிசமமான எண்ணிக்கையில் அங்கே வசிப்பது உறுதி செய்யப்பட, இரண்டு மதங்களுமே லெபனானின் அரசியலைத் தீர்மானிக்கும் முக்கிய சக்திகளாக ஆகிப்போயின.

1989ம் ஆண்டு சவூதி அரேபியாவின் மத்தியஸ்தத்தின் பேரில் ஓர் ஒப்பந்தம் செய்துகொள்ளப்பட்டது. (இதற்கு டாயிஃப் ஒப்பந்தம் என்று பெயர்.) பிராந்தியவாரி பிரதிநிதித்துவம் இதன்பிறகுதான் ஓர் ஒழுங்குக்கு வந்தது. லெபனானின் அத்தனை மூலை முடுக்குகளைச் சேர்ந்தவர்களுக்கும் பாராளு மன்றத்தில் பிரதிநிதித்துவம் அளிப்பது என்று முடிவு செய்தபிறகு, அந்தந்தப் பகுதிகளில் வசிக்கும் மதத்தவர்கள் தமக்கென அரசியல் கட்சிகளை உருவாக்கத் தொடங்கினார்கள்.

இதனால்தான் ஒரு முஸ்லிம் கட்சி கிருத்தவப் பகுதி யிலோ, கிருத்தவக் கட்சி முஸ்லிம் பகுதியிலோ, பிற இனத்தைச் சேர்ந்த கட்சிகள் வேறு தொகுதிகளிலோ

வெற்றி பெறுவது என்பது சாத்தியமில்லாமல் போனது.

இந்த ஏற்பாட்டின்படி எக்காலத்திலும் லெபனானில் தனிப்பெரும் கட்சியாக எந்த ஒரு இயக்கமும் தனித்து ஆட்சியமைப்பது என்பது முடியவே முடியாது. கூட்டணி ஆட்சிதான் - குஸ்தி, பஸ்தி தண்டால்தான்.

இந்த குஸ்தி, பஸ்தியெல்லாம் அதிகம் உபயோகப்படுத்தப்படுவது பொதுவாக பாலஸ்தீன அகதிகள் விஷயத்தில் மட்டுமே. என்னதான் சொந்தச் சகோதரர்கள் துன்பத்தில் சாவது கண்டு சிந்தை இறங்கி மேற்கொள்ளப்பட்ட ஏற்பாடு என்றாலும், லெபனானில் வசிக்கும் முஸ்லிம் அல்லாத மக்களுக்கு இந்த அகதிகள் விஷயம் எப்போதும் அலர்ஜி.

லெபனானின் அமைதியைக் குலைக்கும் விஷயங்களில் இது தலையாயது என்கிற அவர்களது நம்பிக்கையை மாற்றிக்கொள்ளத் தயாராக இல்லை. பி.எல்.ஓ லெபனானுக்கு வந்து தங்கியிராவிட்டால் ஏன் இஸ்ரேல் தங்களைத் தாக்கப்போகிறது என்பதே இவர்களுடைய கேள்வி.

ஆனால் இஸ்ரேல் தாக்குவதற்குக் காரணம் ஏதும் வேண்டாம் என்பதே மத்தியக் கிழக்கின் யதார்த்தம்.

2006ம் வருஷத்து யுத்தத்துக்கான காரணம் என்னவென்று ஒரு கணம் யோசித்துப் பாருங்கள்! இஸ்ரேலிய ராணுவ வீரர்கள் இரண்டு பேரை ஹிஸ்புல்லா கடத்திவிட்டது என்பதுதான் காரணம். முன்னதாக லெபனானியர்கள் மூன்று பேரை இஸ்ரேல் சிறைப்பிடித்ததற்கு பதிலாகத்தான் ஹிஸ்புல்லா இந்த நடவடிக்கையை மேற்கொண்டது என்பதையே சுலபமாக மறைத்துவிட்டார்கள்.

ஒரு மாத காலம் நீடித்த இந்த யுத்தம் தாற்காலிக மாகவாவது ஒரு முடிவுக்கு வர ஐ.நா. மேற்கொண்ட முயற்சி என்று பிரமாதமாகச் சொல்ல ஒன்றுமில்லை. போரை நிறுத்துங்கள் என்று ஐ.நா. சொன்னதும், சரி என்று இஸ்ரேல் உடனே ஒப்புக்கொண்டதற்குத்தான் காரணம் என்ன?

எப்படி யுத்தம் தொடங்க ஒரு சரியான காரணம் இல்லையோ, அதே மாதிரிதான் யுத்தத்தை நிறுத்துவதற்கும் அவர்களுக்குக் காரணம் வேண்டாம்! தனது பலத்தை அடிக்கடி நிரூபித்துக் காட்டுவதற்கும் அண்டை நாடுகளின் எல்லைப்பகுதிகளில் எப்போதும் ஒரு பதற்றத்தை உருவாக்கி வைத்திருக்கவும், அதன் மூலம் இஸ்ரேல் மீதான மத்தியக் கிழக்கு தேசங்களின் அச்சத்தை உயிருடன் வைத்திருக்கவும்தான் இஸ்ரேல் யுத்தங்களைத் தொடங்கி, நடத்தி, நாசங்களை உருவாக்கி, பிறகு நிறுத்திக்கொள்கிறது.

இதில் ஆயிரக்கணக்கான உயிர்கள் பலியாவது குறித்து அவர்களுக்குக் கவலை கிடையாது. ஏராளமான நகரங்கள் நாசமாவது பற்றி அக்கறை கிடையாது. பொருளாதாரம் சீர்குலைவதைக் குறித்துக் கிஞ்சித்தும் அனுதாபம் கிடையாது.

யுத்தங்களைப் பொறுத்தவரை, இஸ்ரேலுக்குப் போரிடுவது ஒன்றுதான் நோக்கமே தவிர, காரணமோ, விளைவுகளோ அல்ல. இது, அமெரிக்காவிடமிருந்து அத்தேசம் பெற்ற சீதனம்.

இதனைத் தெளிவாக உணர்ந்த காரணத்தால்தான் ஹிஸ்புல்லாவின் ராணுவப் பிரிவு (அல்லது ஜிஹாத் பிரிவு) இஸ்ரேல் விஷயத்தில் சமரசத்துக்கு இடமில்லை என்று இன்றுவரை எந்த ஒரு

பேச்சுவார்த்தைக்கும் சம்மதிக்காமல் தொடர்ந்து மல்லுக்கட்டிக் கொண்டிருக்கிறது.

இதைப் புரிந்துகொண்டதனால்தான், தற்போதைய லெபனான் அரசாங்கத்தின் பிரதமர், ஃபாத் ஸினியோராவும் *(Fouad Siniora)* ஹிஸ்புல்லாவின் யுத்தத்துக்குத் தம் சம்மதத்தை மௌனமாக அளித்துக்கொண்டிருக்கிறார்.

இவை ஒருபுறமிருக்க, லெபனான் அரசியலில் ஹிஸ்புல்லாவின் சிவிலியன் பிரிவு ஈடுபடத் தொடங்கி, சாதித்த காரியங்களைக் கொஞ்சம் பார்க்கவேண்டும்.

**மக்களுக்காக:**

ஹிஸ்புல்லா தொடங்கப்பட்டபோது அறிவிக்கப் பட்ட அதன் நோக்கம், இரண்டு உள்பிரிவு களைக் கொண்டதாக இருந்தது. "தெற்கு லெபனானிலிருந்து இஸ்ரேலை விரட்டுவது, லெபனான் மக்களின் வாழ்வில் மகிழ்ச்சியையும் நிம்மதியையும் கொண்டு வருவது."

இஸ்ரேலை விரட்டும் காரியத்துக்கு ராணுவப் பிரிவு. மக்கள் பணிக்கு ஒரு சிவிலியன் பிரிவு என்று திட்டமிட்டுத்தான் ஆரம்பித்தார்கள்.

இந்த சிவிலியன் பிரிவின் செயல்பாடுகளைக் கீழ்க்கண்டவாறு பட்டியலிடலாம்:

- ஏழை முஸ்லிம் மக்களுக்கு அடிப்படைக் கல்வி வழங்குதல்.
- வசதியற்றவர்கள் அவஸ்தைப்படாமல் இருக்க, சாத்தியமுள்ள அத்தனை இடங்களிலும்

இலவச மருத்துவமனைகள் நடத்துதல். பணக்காரப் பகுதிகளில் நல்ல நட்சத்திர அந்தஸ்துள்ள மருத்துவமனைகளை நடத்தி, அதில் வரும் பணத்தைக் கொண்டு இலவச மருத்துவமனைகளை நடத்துதல்.

- எப்போதும் யுத்தங்கள் நடக்கும் தேசமென்பதால் செய்திகளை மக்களுக்கு உள்ளது உள்ளபடி கொண்டு சேர்க்க செய்தி நிறுவனங்கள் நடத்துதல்.
- இயற்கை வளம் உள்ள லெபனானின் நீர் ஆதாரங்களைச் சரியாகப் பயன்படுத்தி நவீன வேளாண்மை உத்திகள் மூலம் விளைச்சலை அதிகப்படுத்துதல்.
- ஏழை முஸ்லிம் பெண்கள் சுயமாகத் தொழில் செய்து வருவாய் ஈட்டுவதற்கு உதவியாக சிறுதொழில் வகுப்புகளை கிராமம் தோறும் நடத்துதல்.
- போரினால் பாதிக்கப்படும் இடங்களை உடனுக்குடன் சீரமைத்துத் தருதல்.

இந்த ஆறு அம்ச செயல்திட்டத்துடன் ஹிஸ்புல்லா வின் சிவிலியன் பிரிவு களத்தில் இறங்கியது.

லெபனானின் தெற்கு மற்றும் வடக்குப் பகுதிகளில் பெருமளவில் வசிக்கும் ஷியா சமூகத்தினரிடையே, ஓரளவு கல்வியறிவு பெற்றவர்கள் அத்தனை பேரையும் அணுகி, அவரவர் வசிக்கும் பகுதியில் வகுப்பெடுக்க முடியுமா என்று கேட்டு கேன்வாஸ் செய்ய ஆரம்பித்தார்கள்.

சம்மதிப்பவர்கள் வீட்டுத் திண்ணையேதான் பள்ளிக் கூடம். மாணவர்களுக்கான நோட்டுப்புத்தகங்கள்

உள்ளிட்ட அத்தனை தேவைகளையும் ஹிஸ்புல்லா நிறைவேற்றும். ஆசிரியராகப் பணியாற்றுபவருக்கும் ஒரு குறிப்பிட்ட தொகை வழங்கப்படும்.

இந்த ஏற்பாடு தவிர, ஹிஸ்புல்லாவே லெபனானின் பல்வேறு மாவட்டங்களில் மொத்தமாகப் பன்னிரண்டு பெரிய பள்ளிக் கூடங்களை நடத்திக்கொண்டிருக்கிறது. எந்தப் பள்ளிக்கூடத்திலும் ஃபீஸ் என்கிற பெயரில் நயா பைசா வாங்குவதில்லை. படிப்பில் ஆர்வமுள்ள குழந்தைகள் யார் வேண்டுமானாலும் வந்து படிக்கலாம் (அஃப்கோர்ஸ், முஸ்லிம் குழந்தைகள்).

இந்த முறையான பள்ளிக்கூடங்கள் தவிர மதக்கல்வி அளிக்கும் பள்ளிகளையும் ஹிஸ்புல்லா நடத்துகிறது. பாகிஸ்தான் போன்ற சில முஸ்லிம் தேசங்களில் மதரஸாக்கள் பெரும்பாலும் தீவிரவாதிகளின் கூடாரங்களாகச் செயல்படுவதோடு ஒப்பிட்டுப் பார்க்கையில் ஹிஸ்புல்லாவின் மதரஸாக்கள் இருக்கும் இடத்திலிருந்து நூறு மீட்டர் தொலைவுவரை ஆயுதம் ஏந்திய ஹிஸ்புல்லா போராளிகளே கூட வரக்கூடாது என்கிற உத்தரவு வினோதமாகத்தான் தெரியும்.

கல்விக்கு அடுத்தபடி ஹிஸ்புல்லா கவனம் செலுத்தும் அடுத்தத்துறை மருத்துவம். 'ஜிஹாத் அல் பினா' என்கிற ஹிஸ்புல்லாவின் புனரமைப்புத் திட்டத்தின் கீழ் நான்கு பெரிய மருத்துவமனைகளையும் பன்னிரண்டு க்ளினிக்குகளையும் நடத்திக்கொண்டிருக்கிறார்கள்.

இந்த மருத்துவமனைகளின் சார்பில் லெபனான் முழுவதும், ஆண்டுதோறும் ஒவ்வொரு இடமாக மருத்துவ முகாம்கள் நடத்தி, சுகாதார விழிப்புணர்வு, எயிட்ஸ் விழிப்புணர்வு போன்றவற்றைப்

பரப்புகிறார்கள். அடிப்படை வசதிகள் கூட இல்லாத குக்கிராமங்கள்தான் ஹிஸ்புல்லாவின் முதல் இலக்கு. அந்தப் பகுதிகளுக்குப் போய் மருத்துவ முகாம்கள் நடத்தி, இலவச மருந்துகள், கண் சிகிச்சை, இருதய நோய் சிகிச்சைக்கான ஆலோசனைகள் என்று என்னென்ன தேவையோ, அவை அனைத்தையும் செய்வதுடன் மட்டுமல்லாமல் சுற்றுப்புறத்தை சுத்தமாக வைத்துக்கொள்வது குறித்து செய்முறை விளக்க நிகழ்ச்சிகளையும் ஹிஸ்புல்லா நடத்துகிறது. சுத்தமான கிராமங்களுக்கு ஆண்டுதோறும் பரிசு கூட வழங்குகிறார்கள்!

அடுத்தது, ஹிஸ்புல்லாவின் விவசாய மையங்கள். தெற்கு லெபனானில் ஒன்றும், வடக்கு லெபனானில் ஒன்றுமாக இரண்டு மையங்களை ஹிஸ்புல்லா நடத்துகிறது. இந்த விவசாய மையங்களின் நோக்கம், நவீன வேளாண் உத்திகளை மக்களிடையே சொல்லித் தருவது. தேவையான பயிற்சிகளை அளிப்பது.

இதற்காக, தேர்ந்த விவசாய வல்லுநர்களை மத்தியக் கிழக்கு முழுவதிலுமிருந்து ஹிஸ்புல்லா லெபனானுக்கு வரவழைக்கிறது. ஒரு விவசாயப் பல்கலைக் கழகத்தை உருவாக்க வேண்டும் என்று நஸ்ருல்லா கடந்த சில ஆண்டுகளாகவே பேசிவருகிறார். எப்படியும் விரைவில் அதுவும் சாத்தியமாகிவிடும் என்பதில் சந்தேகமில்லை.

ஹிஸ்புல்லாவின் இத்தகைய சமூகப் பணிகள், லெபனான் மக்களிடையே மிகப்பெரிய நம்பிக்கையைத் தோற்றுவித்திருக்கிறது. தங்களை அரசாங்கம் கைவிட்டாலும் ஹிஸ்புல்லா கைவிடாது என்கிற நம்பிக்கை. ஹிஸ்புல்லா எதைச் செய்தாலும் அது சரியாகத்தான் இருக்கும் என்கிற

கண்மூடித்தனமான நம்பிக்கை அவர்களுக்கு உருவாகியிருப்பதற்கானகாரணம், மேற்சொன்னஇந்த சமூகப் பணிகள்தான். இந்தச் சமூகப்பணிகள்தான் ஹிஸ்புல்லாவின் தீவிரவாத நடவடிக்கைகளைக்கூட நியாயப்படுத்தும் காரணிகளாகச் செயல்படுகின்றன.

**பாராளுமன்றத் தேர்தல்கள்:**

லெபனானில் அமால் இயக்கம் *(Amal Movement)*, ஹிஸ்புல்லா இரண்டும்தான் ஷியா அமைப்புகள். இதில் அமால் இயக்கம், வெறும் அரசியல் இயக்கம். அவர்களுக்கு ராணுவம் கிடையாது. அதாவது அவர்கள் போராளிகள் அல்லர்.

ஹிஸ்புல்லாவின் தீவிரவாத மனோபாவத்தைக் கொஞ்சம் கொஞ்சமாகத் தணித்து, அதை ஒரு முழுமையான அரசியல் இயக்கமாக மாற்றவேண்டும் என்பது அமால் இயக்கத்தின் எண்ணம்.

ஹிஸ்புல்லாவுக்கு அரசியல் ஒன்றும் வேண்டாத தில்லை என்றாலும், இஸ்ரேல் விஷயத்தில் ஆயுதமில்லாத வெறும் பேச்சுவார்த்தை என்பதில் அவர்களுக்கு நம்பிக்கை இல்லை.

1992ம் ஆண்டு முதல் முதலாக ஹிஸ்புல்லா லெபனான் பாராளுமன்றத் தேர்தல்களில் போட்டியிட்டது. அதுவரை மிக பயங்கரமான ஒரு கடத்தல், குண்டுவெடிப்பு, தீவைப்பு இயக்கமாக மட்டுமே உலகுக்கு அறிமுகமாகியிருந்த ஹிஸ்புல்லா, அந்தத் தேர்தலில் பன்னிரண்டு இடங்களைக் கைப்பற்றி, பாராளுமன்றத்துக்கு நுழைந்தபோது யாராலுமே நம்பமுடியவில்லை.

உலகமே லெபனானைப் பரிதாபமாகப் பார்த்தது. இத்தனை அறியாமையா இந்த மக்களுக்கு என்று

அனுதாபப்பட்டார்கள். ஒருவேளை அச்சத்தால் ஓட்டுப் போட்டிருப்பார்களோ என்று சந்தேகப் பட்டார்கள். அப்போது யாருக்கும் ஹிஸ்புல்லாவின் சிவிலியன் பிரிவு குறித்து ஏதும் தெரியாது.

*1996*ல் நடைபெற்ற அடுத்தத் தேர்தலில் பத்து இடங்களையும் *2000*ம் ஆண்டுத் தேர்தலில் எட்டு இடங்களையும் ஹிஸ்புல்லா பெற்றபோதுதான் கொஞ்சம் கூர்ந்து கவனிக்க ஆரம்பித்தார்கள். ஹிஸ்புல்லாவின் கல்வி மற்றும் மருத்துவ, விவசாய நலப்பணிகள் குறித்த தகவல்கள் வெளியே வர, வியப்பில் வாய்பிளந்தார்கள்.

*2005*ம் ஆண்டு நடைபெற்ற பொதுத்தேர்தலில் ஹிஸ்புல்லா, அமால் இயக்கத்துடன் கூட்டணி வைத்துப் போட்டியிட்டது. தனிப்பட்ட முறையில் பதினான்கு இடங்களையும் கூட்டணி இருபத்தி மூன்று இடங்களையும் பெற்றது!

முன்பே பார்த்தோம். லெபனான் அரசியல் சட்டப்படி, அந்த தேசத்தில் வாழும் அதிகாரபூர்வமான அத்தனை மதத்தவர்களுக்கும் அத்தனை இனத்தவர்களுக்கும் அத்தனை கூட்டணியாளர்களுக்கும் ஆட்சியில் பிரதிநிதித்துவம் அளித்தாக வேண்டும். அதன்படி இம்முறை ஹிஸ்புல்லா - அமால் கூட்டணிக்கும் அமைச்சரவையில் இடம் கிடைத்துவிட்டது.

ஹிஸ்புல்லாவின் முஹம்மத் நீச் *(Mohammad Fneich)* மின்சாரம் மற்றும் நீர்வளத்துறை அமைச்சராகவும், த்ராத் ஹமத் *(Trad Hamade)* என்பவர் தொழிலாளர் நல அமைச்சராகவும் பொறுப்பேற்றிருக்கிறார்கள். இந்த இரண்டு பேர் தவிர, ஹிஸ்புல்லாவின் ஆதரவுடன் போட்டியிட்ட ஒரு சுயேச்சை வேட்பாளரும் அமைச்சராகியிருக்கிறார். அத்தனை பேரும் கேபினட் அமைச்சர்கள்!

லெபனானில் ஷியா - சன்னி மோதல்கள் சற்றே குறையக்கூடும் என்கிற எதிர்பார்ப்பில் பிரதமர் இந்த நடவடிக்கையை மேற்கொண்டார் என்றொரு பேச்சு இருந்தாலும் ஓர் அரசியல் இயக்கமாக சுமார் பதினைந்து வருடங்களாக லெபனானில் இயங்கிக்கொண்டி ருக்கும் ஹிஸ்புல்லாவுக்கு இது முதல் பெரிய அங்கீகாரம் என்பதில் சந்தேகமில்லை.

○

**ஹிஸ்புல்லாவின் எதிர்கால அரசியல்:**

ஜூலை *12, 2006* அன்று தொடங்கி ஆகஸ்ட் *15*ம் தேதிவரை உக்கிரமாக நீடித்த இஸ்ரேல் - ஹிஸ்புல்லா யுத்தம் குறித்து லெபனான் மக்கள் என்ன நினைக்கிறார்கள் என்பதை அறிவதற்காக சில மேற்கத்திய சர்வே ஏஜென்சிகள் லெபனானில் மக்கள் கருத்தைக் கேட்டு வீதி வீதியாகப் பயணம் மேற்கொண்டார்கள்.

*Beirut Center for Research and Information* என்கிற லெபனானிய ஏஜென்சி ஒன்றும் இதே பணியை ஜூலை மூன்றாம் வாரம் தொடங்கி ஆகஸ்ட் முதல் வாரம் வரை மேற்கொண்டது.

இந்தக் கருத்துக் கணிப்பின் முடிவின்படி *87* சதவீத லெபனான் மக்கள், ஹிஸ்புல்லாவின் தாக்குதல் சரியானதுதான் என்று நினைக்கிறார்கள். கவனிக்கவும். லெபனான் ஷியா முஸ்லிம்கள் மத்தியில் மட்டும் எடுக்கப்பட்ட கருத்துக்கணிப்பு இல்லை இது. மாறாக, ஒட்டுமொத்த லெபனான் வாக்காளர்கள் மத்தியிலும் மேற்கொள்ளப்பட்ட ஒரு முயற்சி.

கிருத்தவர்களுள் எழுபது சதவீதம் பேரும் ட்ரூஸ் இனத்தவர்களுள் எண்பது சதவீதம் பேரும் சன்னி

முஸ்லிம்களில் எண்பத்தொன்பது சதவீதத்தினரும் கூட ஹிஸ்புல்லாவின் நடவடிக்கை சரியானதுதான்; இஸ்ரேலுக்கு இது வேண்டும் என்றே கருத்து சொல்லியிருக்கிறார்கள்.

இது அமெரிக்கா, இஸ்ரேல் மட்டுமல்லாமல், லெபனானிலேயே ஷியா அல்லாத பிற அரசியல் கட்சிக் கூட்டணிகள் மட்டத்திலும் மிகுந்த அதிர்ச்சியையும் வியப்பையும் ஒருங்கே ஏற்படுத்தியிருக்கிறது.

''சந்தேகமில்லாமல் ஹிஸ்புல்லா மக்களின் மனநிலையை, விருப்பத்தைப் பிரதிபலிக்கும் இயக்கமாக அடையாளம் காணப்பட்டிருக்கிறது. இதை முன்கூட்டியே கணித்ததனால்தான் அவர்களுக்கு என்னுடைய அமைச்சரவையிலும் இடம் கொடுத்தேன்' என்று லெபனான் பிரதமர் ஃபாத் ஸினியோரா சொல்லியிருக்கிறார்.

ஹிஸ்புல்லாவுக்கே இந்தக் கருத்துக்கணிப்பு முடிவுகள் மிகுந்த ஆச்சர்யத்தை அளித்திருக்கும் என்பதில் சந்தேகமில்லை. மக்களின் இந்த ஆதரவு நிலைபாடு அடுத்த நான்கு ஆண்டுகளுக்குத் தொடருமானால், கண்டிப்பாக அடுத்த பாராளுமன்றத் தேர்தலில் ஹிஸ்புல்லா இன்னும் மிகப்பெரிய அரசியல் சக்தியாக உருவெடுத்தே தீரும்.

❍❍❍

பின் இணைப்பு 1:

# ஒரு திறந்த கடிதம்
# ஹிஸ்புல்லாவின் செயல் திட்டம்

இது "நாஸ் அல் ரிசாலா அல் மஃப்தூஹா அல்லத்தி வஜ்ஹஹ ஹிஸ்பல்லாஹ் இலல் முஸ்ததாஃபின் ஃபீ லுப்னான் வல் ஆலம்" என்ற பெயருடன் வெளியான அறிக்கையின் மொழிபெயர்ப்பு. ஹிஸ்புல்லா இயக்கத்தின் வழிகாட்டியான ஷெய்கு முஹம்மது ஹுசைன் ஃபல்லுல்லாவின் தெளிவான முத்திரையை இதில் காணலாம். 1979ம் ஆண்டு பெய்ரூத்தில் வெளியிடப்பட்ட அவருடைய 'மஅமால் கௌமா' என்ற நூலும் இதை எழுதத் தூண்டுகோலாக இருந்தது.

இந்நூலுக்காக இந்த அறிக்கையை மொழிபெயர்த்து அளித்தவர் நாகூர் ரூமி.

எங்கள் அடையாளம்

ஹிஸ்புல்லா என்பது என்ன? நாங்களெல்லாம் யார்? எங்களுடைய அடையாளம் என்ன?

என்றெல்லாம் அடிக்கடி கேட்கப்படுகிறது. நாங்கள் இறைவனின் கட்சியில் (ஹிஸ்புல்லாஹ்) உள்ள முஸ்லிம் சமுதாய மக்கள். இந்த முன்னணிப் படைக்கே ஈரானில் இறைவன் வெற்றியைக் கொடுத்தான். இந்த உலக நடவடிக்கைகளில் முக்கியப் பணியையும் பங்களிப்பையும் செய்யும் இஸ்லாமிய அரசாங்கத்துக்கான அடிப்படைகளை ஏற்படுத்துவதில் இந்த முன்னணிப் படை வெற்றி பெற்றது.

ஒரு தலைவனுடைய உத்தரவுகளுக்கு நாங்கள் அடிபணிகிறோம். அவர் ஞானவானாகவும் நியாய வானாகவும் போதகராகவும் சட்ட வல்லுனராகவும் உள்ளவர். தேவையான நிபந்தனைகள் அனைத்தையும் நிறைவேற்றுபவர் அவர். அவர்தான் ரூஹுல்லாஹ் முசாவி கொமேனி. அல்லாஹ் அவரைக் காப்பாற்றுவானாக!

மேலே சொன்ன காரணங்களினால், ஒருங்கிணைக்கப் பட்ட ரகசியமான குழுவாக லெபனானில் நாங்கள் இயங்கவில்லை. இது ஓர் இறுக்கமான அரசியல் கட்சியுமல்ல. நாங்களெல்லாம் நபிகள் நாயகத்தைப் பின்பற்றுகின்ற சமுதாயத்தினர். எந்த இஸ்லாத்தின் செய்தியை இறைத்தூதுவர்களில் இறுதியானவரான நபிகள் நாயகம் (ஸல்) அவர்கள் மூலமாக அல்லாஹ் நிறைவேற்றி, பரிபூரணப்படுத்தினானோ, அந்த இஸ்லாத்தின் தீர்க்கமான, திடமான கொள்கை - கோட்பாடுகளால் இந்த உலகத்தில் உள்ள எல்லா முஸ்லிம்களோடும் இணைக்கப்பட்டவர்கள் நாங்கள்.

அதனால்தான் ஆப்கனிஸ்தான், ஈராக், ஃபிலிப்பைன்ஸ் என்று உலகில் எந்தப் பகுதியில் வாழும் முஸ்லிம்களுக்கு எந்த பாதிப்பு

ஏற்பட்டாலும், நாங்கள் அவர்களுக்காகச் சிந்திக்கிறோம்; கவலைப்படுகிறோம். ஒட்டுமொத்த அரசியல் கருத்தோட்டத்தை வரையறை செய்த தலைமை சட்ட வல்லுனரால் எங்கள் நடவடிக்கைகள் தீர்மானிக்கப்படுகின்றன.

எங்கள் கலாசாரம், அது புனித குர்ஆனையும் நபி வழியையும், தலைமை சட்ட வல்லுனரின் மார்க்கத் தீர்ப்புகளையும் அடிப்படையாகக் கொண்டது. அவர்தான் நாங்கள் பின்பற்ற வேண்டிய முன்மாதிரி. எங்கள் கலாசாராம் தெள்ளத் தெளிவானது. அதில் குழப்பம் ஒன்றுமில்லை. அனைவரையும் சென்றடையும் விதத்திலேயே அது உள்ளது.

எங்கள் ராணுவ ஆற்றலும் வளமும் எப்படிப் பட்டவை என்று யாராலும் கற்பனை செய்ய முடியாது. ஏனெனில் அது எங்கள் சமுதாயக் கட்டமைப்பிலிருந்து பிரிக்க முடியாதது. எங்கள் சமுதாயமும் எங்கள் ராணுவமும் வேறு வேறல்ல. நாங்கள் ஒவ்வொருவருமே போர் செய்யும் தகுதி பெற்ற ராணுவ வீரர்தான். எங்கள் புனிதப் போரைச் செய்தாக வேண்டிய சூழ்நிலையும் கட்டாயமும் ஏற்படும்போது, நாங்கள் ஒவ்வொருவரும் எங்களுக்குக் கொடுக்கப்பட்ட பணிகளையும் கட்டளைகளையும் சட்டத்துக்கும் எங்கள் தலைமைக்கும் கட்டுப்பட்டு நிறைவேற்றுவோம்.

எங்கள் போர்

அமெரிக்காவின் திமிரையும், கொடுமைக்கு ஆளாக்கப்பட்ட மக்களுக்கு எதிரான அவர்களது சதித் திட்டத்தையும் முறியடித்தவர்களை, அடிப்படைவாதத் தீவிரவாதிகள் என்று மக்களை நம்ப வைக்க அமெரிக்கா தன் உள்ளூர்ப் பிரதிநிதிகள் மூலமாக முயற்சி செய்தது.

ஆனால் இதைப்போன்ற ஏமாற்று வேலைகள் எங்கள் சமுதாயத்தினரிடம் செல்லுபடியாகாது. ஏனெனில், திமிர் பிடித்த வல்லரசான அமெரிக்காவை எதிர்க்க நினைக்கும் யாரும், முக்கிய நோக்கத்தை விட்டுவிட்டு இப்படிப்பட்ட ஓரச் செயல்பாடுகளில் இறங்கமாட்டார்கள் என்பது இந்த உலகத்துக்கே தெரியும்.

பயங்கரத்தை எதிர்த்து நாங்கள் போராடுகிறோம். அதன் ஆணி வேரை நிச்சயமாகத் தகர்த்தெறிவோம். அந்த ஆணிவேர்தான் அமெரிக்கா. எங்களை வழிவிலகிச் செல்ல வைக்க எடுக்கப்படும் எல்லா முயற்சிகளும் தோற்றுப் போகும். முக்கியமாக, அமெரிக்காவை எதிர்த்துப் போராடவும், போரிடவும் வேண்டுமென்ற எங்கள்

தீர்மானத்தை ஒன்றும் செய்ய முடியாது.

அல்லாவுக்குமட்டுமேஅஞ்சும்ஒருசமுதாயம்நாங்கள் என்று வெளிப்படையாகவும் உரக்கவும் பிரகடனப் படுத்துகிறோம். அநீதியையும் வன்முறையையும் அவமதிப்பையும் எந்தக் காலத்திலும் நாங்கள் சகித்துக் கொள்ள மாட்டோம். அமெரிக்காவும் அதன் அட்லாண்டிக் ஒப்பந்தக் கூட்டாளிகளும், புனித பூமியான பாலஸ்தீனத்தில் இருக்கும் ஜியோனிசக் கூட்டமும் (யூதர்கள்) எங்களைத் தாக்கியது. இன்னும் தொடந்து ஒய்வொழிச்சலில்லாமல் தாக்கிக் கொண்டிருக்கிறது.

அவர்களது நோக்கமெல்லாம் எங்களைத் தொடர்ந்து கொன்று போட வேண்டுமென்பதுதான். அதனால்தான் நாங்கள் எப்போதுமே விழிப்புணர்வு அதிகம் கொண்டவர்களாக இருக்கிறோம். எங்கள் மார்க்கத்தையும் எங்கள் இருப்பையும் மானத்தையும்

காப்பாற்றுவதற்காகத்தான், நிரந்தர உஷார் நிலையில் இருக்கிறோம்.

எங்கள் நாட்டுக்குள் அவர்கள் படையெடுத்துவந்து நுழைந்தார்கள். எங்கள் கிராமங்களை அழித்தார்கள். எங்கள் குழந்தைகளின் தொண்டைக் குழிகளை அறுத்தெறிந்தார்கள். எங்கள் புனிதத் தலங்களின் புனிதத்தை அவமதித்துக் கெடுத்தார்கள். எங்கள் சமுதாயத்தவருக்கு எதிராக மிகமிகக் கொடுமையான படுகொலைகளைச் செய்வதற்கென்றே அதிகாரிகளை நியமித்தார்கள். இஸ்ரேலுக்கும் அதன் கூட்டாளிகளுக்கும் ஆதரவு கொடுப்பதை அவர்கள் நிறுத்தவில்லை. எங்கள் விருப்பத்திற்கேற்ப எங்கள் எதிர்காலத்தை நாங்கள் அமைத்துக்கொள்ள விடாமல் தடுத்துக்கொண்டு இருக்கிறார்கள்.

சப்ராவிலும் ஷாதில்லாவிலும் ஒரே இரவில் ஆயிரக்காண ஆண்களையும், பெண்களையும் குழந்தைகளையும் இஸ்ரேலியர்களும் ஃபலங்கிஸ்ட்டுகளும் சேர்ந்து கொன்று போட்டார்கள். அப்படுகொலைகளை எதிர்த்து எந்த சர்வதேச அமைப்பும் எதிர்ப்பு தெரிவிக்கவில்லை. கொடூரமான அப்படுகொலைகளுக்கு எதிராகப் பயன் தரத்தக்க விளைவுகளை ஏற்படுத்தக்கூடிய அளவுக்கு எதுவும் சொல்லவில்லை. அப்படுகொலைகள் அமெரிக்கா மற்றும் அதன் ஐரோப்பியக் கூட்டாளிகளின் மௌனமான உடன்பாட்டுடன் நிறைவேற்றப்பட்டன. பாலஸ்தீனிய முகாமிலிருந்து கொஞ்ச நாள்கள், கொஞ்சம் மணித்துளிகள் அவர்கள் பின்வாங்கி இருந்தார்கள். அமெரிக்க தூதுவன் என்ற பெயரில் வந்த தந்திர நரியான ஃபிலிப் ஹபீப் என்பவனின் பாதுகாப்பில் முகாம்களை வைத்துக்கொள்ள லெபனானில் உள்ள கோழைகள் ஒப்புக்கொண்டனர்.

வன்முறையை தியாகத்தின் மூலம் எதிர்கொள்வதைத் தவிர வேறு வழி எங்களுக்கில்லை. இஸ்ரேலியர்களுக்கும் ஃபலங்கிஸ்ட்டுகளுக்கும் இடையிலான ஒத்துழைப்பு தொடர்ந்து கொண்டும் வளர்ந்து கொண்டும் உள்ளது. பாதிக்கப்படவர்களின் எண்ணிக்கை ஒரு லட்சம்! இதுதான் அமெரிக்கா எங்களுக்கு எதிராக இழைத்த குற்றங்களின் மேலீடான 'பாலன்ஸ் ஷீட்'.

கிட்டத்தட்ட ஐந்து லட்சம் முஸ்லிம்கள் தங்கள் வீடுகளை விட்டுப் போகும்படி ஆயிற்று. பெய்ரூத்தின் புறநகர்ப்பகுதி ஊரான நபா, புர்ஜ் ஹம்மத், தெகொனாமேே, தெல் ஜாத்தர், சின்பே, கவாரினா ஜுமைபல் இங்கெல்லாம் இருந்த அவர்களுடைய தலைமையகங்கள் முற்றிலுமாக அழிக்கப்பட்டன. இந்தப் பகுதிகள் எல்லாமே இப்போது 'லெபனியப் படைகளின்' கட்டுப்பாட்டில் உள்ளன. சட்டத்திற்குப் புறம்பாக லெபனானில் புகுந்து ஃபலாங்கிகளோடு சேர்ந்து கொண்டு ஜியோனிஸ்ட் படைகள் ஆக்கிரமிக்க ஆரம்பித்தன. ஆக்கிரமிப்பை எதிர்க்க எடுத்த எல்லா முயற்சிகளையும் ஃபலாங்கிகள் தண்டனைக்குரிய குற்றம் என்றனர். தங்களின் லெபனியக் கனவுகளை நிறைவேற்றும் முகமாக, இஸ்ரேலின் சில திட்டங்களைசெயல்படுத்துவதில்ஃபலாங்கிகளும்பங்கேற்றனர். அதிகாரத்தைக் கைப்பற்றுவதற்காக இஸ்ரேல் சொன்னதற்கெல்லாம் தலையாட்டினர். அதன் வேண்டுகோள்களையெல்லாம் ஏற்றுக்கொண்டனர்.

நடந்தது இதுதான். ஜுமய்யில் குடும்பம் மற்றும் ஒபெக் நாடுகளின் உதவி கொண்டு, பஷீர் ஜுமய்யில் என்ற அந்தக் கசாப்புக்காரன் அதிகாரத்தைக் கைப்பற்றினான். ஆறு உறுப்பினர்களைக் கொண்ட

பொதுமக்கள் பாதுகாப்புக் கமிட்டியில் சேர்ந்து கொண்டதன் மூலமாகத் தன் அசிங்கமான முகத்தை மறைக்க முயன்றான் பஷீர். அதன் தலைவராக முன்னாள் ஜனாதிபதி இலியாஸ் சர்கிஸ் இருந்தான். கொடுமை இழைக்கப்பட்டவர்களைக் கட்டுப்பாட்டில் வைத்திருக்க ஃபலங்கிஸ்ட்டுகள் கடன் வாங்கிய அமெரிக்காவுக்கும் இஸ்ரேலுக்கும் இடையேயான ஒரு பாலம் போன்றவன்தான் அவன்.

எங்கள் மக்கள் இனியும் அவமரியாதையைச் சகித்துக்கொள்ள மாட்டார்கள். கொடுமை இழைத்தவர்களையும், அநியாயமான முறையில் படையெடுத்து உள்ளே நுழைந்தவர்களையும் அவர்களது அடிவருடிகளையும் நாங்கள் அழிக்க முடிவுசெய்தோம்.

ஆனாலும் அமெரிக்கா தன் முட்டாள்தனத்தில் பிடிவாதமாக இருந்தது. பஷீர் ஜுமய்யிலின் சகோதரன் அமீர் ஜுமய்யிலை அவனிடத்தில் அமர வைத்தது. அகதிகள் மற்றும் இடம்பெயர்ந்தவர்களின் வீடுகளை அழித்தது, மசூதிகளைத் தாக்கியது, கொடுமையிழைக்கப்பட்ட மக்கள் வாழ்ந்த பெய்ரூத்தின் தெற்கு புறநகர்ப் பகுதியில் குண்டு போடுமாறு ராணுவத்துக்கு உத்தரவிட்டது.

இவைதான் இந்த அமீர் ஜுமய்யிலின் சாதனைகள் என்று சொல்லபட்டவை. எங்களுக்கு எதிராகப் போர் செய்ய ஐரோப்பியப் படைகளை அவன் அழைத்தான். அதற்காக மே 17, 1984-ல் இஸ்ரேலுடன் ஓர் ஒப்பந்தத்தில் கையெழுத்திட்டான். அதன் மூலம் அமெரிக்காவால் பாதுகாக்கப்படும் நாடாக லெபனானை ஆக்கினான்.

இதற்கு மேலும் துரோகத்தை எங்கள் மக்கள் பொறுத்துக்கொள்ள மாட்டார்கள். வஞ்சகத்தை எதிர்ப்பதென்று முடிவு செய்துவிட்டது ஹிஸ்புல்லா. அது ஃப்ரெஞ்சுக்காரனாக இருந்தாலும் சரி, அமெரிக்கனாக இருந்தாலும் சரி அல்லது இஸ்ரேலியாக இருந்தாலும் சரி. அவர்களின் தலைமையகங்களைத் தாக்குவோம். ஆக்கிரமிப்புப் படைகளை எதிர்த்து உண்மையான போரைத் தொடங்குவோம். இறுதியில் எதிரிகள் படிப்படியாகப் பின் வாங்கும் முடிவை எடுக்க வேண்டிவரும்.

எங்களது குறிக்கோள்கள்

நாங்கள் நேர்மையுடன் சொல்கிறோம்: மத்தியக் கிழக்கில் எங்களுக்கு யார் பிரதான எதிரிகள் என்று ஹிஸ்புல்லாவின் மக்களுக்குத் தெரியும். ஃபலங்கிகள், இஸ்ரேலியர்கள், ஃப்ரெஞ்சுக்காரர்கள், அமெரிக்கர்கள். அவர்களோடான நேரடி மோதல் வளர்ந்து கொண்டே இருக்கிறது. கீழ்க்காணும் மூன்று குறிக்கோள்கள் நிறைவேறும் வரை அப்படித்தான் இருக்கும்:

*1)* அமெரிக்கர்களை வெளியேற்ற வேண்டும். ஃப்ரெஞ்சுக்காரர்களும் அவர்களது கூட்டாளிகளும் லெபனானிலிருந்து வெளியேற்ற வேண்டும். இப்படிச் செய்வதன் மூலம் எங்களது பூமியில் அவர்கள் ஏற்படுத்திய காலனிய ஆதிக்கத்துக்கும் ஆக்கிரமிப்புக்கும் ஒரு முடிவு ஏற்பட வேண்டும்.

*2)* ஃபலங்கிகளை ஒரு நியாயமான அதிகாரத்திடம் ஒப்படைக்க வேண்டும். அவர்கள் முஸ்லிம்களுக்கும் கிறிஸ்தவர்களுக்கும் எதிராக இழைத்த கொடுமைகளுக்கும் குற்றங்களுக்கும் உரிய 'நியாயம்' அவர்களுக்கு அதன் மூலம் வழங்கப்பட வேண்டும்.

3) எந்தவிதமான அரசை எங்கள் மக்கள் விரும்புகிறார்களோ அவ்விதமானதை அவர்களே உருவாக்கிக் கொள்ளும் சுதந்தரத்தை அவர்களுக்கு வழங்க வேண்டும். அவர்களது எதிர்காலத்தை அவர்களே உருவாக்கிக் கொள்வதற்கு அவர்களை அனுமதிக்க வேண்டும். உண்மையிலேயே அனைவருக்கும் நியாயம் வழங்கக்கூடிய இஸ்லாமிய அரசைத் தேர்ந்தெடுத்துக்கொள்ள அவர்களை நாங்கள் அழைக்கிறோம். ஒரு இஸ்லாமிய அரசுதான் நமது நாட்டுக்குள் சட்டத்திற்குப் புறம்பான ஏகாதிபத்ய ஊடுருவலைத் தடுக்கக்கூடிய தகுதி படைத்ததாக இருக்கும். அது தற்காலிகமான ஊடுருவல் முயற்சியாக இருந்தாலும் சரி.

○

இந்த உலகத்தின் எந்த மூலையிலும் இருக்கும் கொடுமை இழைக்கப்பட்ட மக்களும் நமது நண்பர்களே. நமது எதிரிகளோடு போராடுபவர்களும், நம் எதிரிகள் நமக்கிழைக்கும் தீங்குகளிலிருந்து நம்மைக் காப்பாற்ற முயற்சி செய்பவர்களும் நமது நண்பர்களே. இந்த நண்பர்கள் அமைப்புகளாக இருந்தாலும் சரி, தனி மனிதர்களாக இருந்தாலும் சரி, அவர்களைப் பார்த்து நாம் சொல்கிறோம்:

நண்பர்களே, நீங்கள் லெபனானில் இருந்தாலும் சரி வேறு எங்கிருந்தாலும் சரி... நம் நாட்டின்மீது அமெரிக்கா ஏவிவிட்டிருக்கும் திமிரான அடக்கு முறை ஏகாதிபத்திய ஆதிக்கத்தை ஒழிப்பது, பெரும் சுமையாக உள்ள இஸ்ரேலிய ஆக்கிரமிப்பை ஒரு முடிவுக்குக் கொண்டுவருவது, அதிகாரத்துக்கும் நிர்வாகத்துக்கும் ஏகபோக உரிமை கொண்டாட ஃபலாங்கிஸ்ட்டுகள் எடுக்கும் முயற்சிகளுக்கு

பதிலடி கொடுத்தல் ஆகியவையே இப்போதைய அவசியமான குறிக்கோள்கள். இவற்றைப் பொறுத்த வரை உங்களோடு நாங்கள் ஒத்துப் போகிறோம்.

எந்த வழிகளில் போராடுவது என்பதைப் பொறுத்தவரை எங்களுக்கென்று தனிக்கருத்து உண்டு. அது உங்களுடைய கருத்திலிருந்து வேறுபட்டதாக இருந்தாலும், இந்த சின்னச் சின்ன வித்தியாசங்களை அலட்சியப்படுத்திவிட்டு, நமது மாபெரும் குறிக்கோளை மனத்தில் வைத்து நமக்கிடையே இருக்கும் ஒத்துழைப்பை ஒருங்கிணைப்பதில் ஒற்றுமையாக இருந்து செயல்பட வேண்டும்.

இஸ்லாத்தின் செய்தியை நம்பிச் செயல்படும் சமுதாயமாக நாம் இருக்கிறோம். இறைவனின் செய்தியை அடக்குமுறைக்கு ஆட்படுத்தப்பட்ட, கொடுமையிழைக்கப்பட்ட எல்லா மக்களும் ஆராய்ந்து பார்த்து தெய்வீகச் செய்தியில் உள்ள உண்மைகளை உணர்ந்துகொள்ள வேண்டும் என்று விரும்புகிறோம். அப்போதுதான் நியாயமும் நீதியும் அமைதியும் சாந்தமும் இந்த உலகில் ஏற்படும்.

இதன் காரணமாகத்தான், மற்றவர்கள் அவர்களது கொள்கைகளையும் அரசியல் அமைப்பையும் எங்கள்மீது திணித்தாலும், இஸ்லாத்தை நாங்கள் யார் மீதும் திணிக்க விரும்பவில்லை. இப்போது இருக்கும் மாரோனைட் கிருத்தவர்களின் கதியைப்போல, லெபனானில் அடக்குமுறை மூலம் இஸ்லாம் ஆட்சி செய்ய நாங்கள் விரும்பவில்லை. சட்டபூர்வமாக எங்களது ஆசைகள் நிறைவேற, கிழக்கையும் மேற்கையும் சார்ந்து லெபனான் இருப்பதிலிருந்து அதைக் காப்பாற்ற, அந்நிய சக்திகளின் ஆக்கிரமிப்புகளுக்கு ஒரு முடிவு காண, லெபனான்

மக்கள் விரும்பியவாறு ஒரு நல்லாட்சியை ஏற்படுத்த- இவையெல்லாவற்றுக்கும் நாங்கள் ஏற்றுக்கொள்ளக் கூடிய குறைந்த பட்சம் இதுதான்.

இப்போது இருக்கும் சூழ்நிலைகள் பற்றிய எங்கள் புரிந்து கொள்ளல் இதுதான். நாங்கள் மனத்தில் வரித்திருக்கும் லெபனான் இதுதான். அந்த அடிப்படையில், இப்போது இருக்கும் அமைப்புக் கான எங்கள் எதிர்ப்பு இரண்டு காரணங்களுக்கானது:

*1.* இப்போதுள்ள ஆட்சியானது ஒரு தான்தோன்றித்தனத்தின், திமிரின் விளைவு. சீர்திருத்தங்களாலோ அல்லது மாற்றங்களாலோ இதற்கு நிவாரணம் தர முடியாது. அடிப்படையையே மாற்ற வேண்டியுள்ளது.

*2.* இஸ்லாத்திற்கு எதிரியான உலகளாவிய ஏகாதிபத்யம். சீர்திருத்தம் என்ற பெயரில் லெபனானில் எழும் எந்த எதிர்ப்பும் இப்போது உள்ள அரசுக்குக்கும் அமைப்புக்கும் நன்மை பயக்கக் கூடியதாகத்தான் அமையும் என்று நாங்கள் கருதுகிறோம். அடிப்படை மாற்றத்தை நாடாத இப்படிப்பட்ட எந்த சீர்திருத்த முயற்சிகளும், சும்மா பெயருக்கானதாகத்தான் இருக்கும். அடக்குமுறைக்கும் கொடுமைகளுக்கும் ஆளான பெரும்பான்மையான மக்களுக்குத் திருப்தி தருவதாக அமையாது. அதேபோல, இப்போதுள்ள ஆட்சியை, அந்த ஆட்சியே ஏற்படுத்திக் கொடுத்திருக்கும் வரையறைகளுக்குள் எதிர்த்தாலும் அது போலியான, மாயையான எதிர்ப்பாக இருக்கும். அது ஜுமய்யில் அமைப்புக்குத்தான் பெரிய நன்மை செய்வதாக அமையும். இப்போதிருக்கும் அழுகிப்போன இந்த அமைப்பை ஏற்றுக்கொள்ளும் எந்த அரசியல்

சீர்திருத்த எதிர்ப்பைப் பற்றியும் எங்களுக்கு அக்கறையில்லை. இந்தக் கூட்டணி அரசு, அந்தக் கூட்டணி அரசு, இந்த அரசியல் தலைவருக்கோ அந்த அரசியல் தலைவருக்கோ அமைச்சர் பதவி என்றெல்லாம் வருவதை எங்களால் ஏற்றுக்கொள்ள முடியாது. ஏனெனில் இப்படி வருவதெல்லாம் இப்போதுள்ள அநியாயமான அரசின் பகுதியாகத் தான் இருக்கும்.

லெபனீஸ் ஃப்ரண்ட், மற்றும் லெபனீஸ் ஃபோர்ஸஸ் மூலமாக மரோனிஸத்தின் தலைவர்கள் பின்பற்றும் அரசியலால் லெபனானில் உள்ள கிறிஸ்தவர்களின் அமைதிக்கு உத்தரவாதம் தர முடியாது. காலனி ஆதிக்க சக்திகளுடன் கூட்டு வைத்துக்கொள்ளும் குறுகிய மனப்பான்மை கொண்டவர்களுக்கே அது உறுதியளிக்கப்படுகிறது. இப்படி, செய்த குற்றத்தை ஒப்புக்கொண்டு அதன் மூலமாக சில சலுகைகளைப் பெற்றுக்கொள்ளும் மனப்பான்மைதான் லெபனானின் பெரிய பிரச்சனை. நாட்டையே அழித்த பெரும் தகர்ப்புக்குப் பின்னாலிருந்த காரணங்களில் ஒன்று அது.

லெபனிய கிறிஸ்தவர்களுக்கு வெளியில் இருந்து கிடைக்கும் உதவிகளால் பயனில்லை என்பது தெளிவு. மற்ற சமுதாயத்தவரைக் கஷ்டப்படுத்தி அதன் மூலமாகத் தங்களுக்கு லாபம் கிடைக்கும் என்று நினைத்த அடிப்படைவாத கிறிஸ்தவர்களுக்கான சாவு மணி அடித்துவிட்டது. ஆயுதங்களை எடுப்பதற்கு பதிலாக புத்தியை அவர்கள் பயன்படுத்த வேண்டும்.

கிறிஸ்தவர்களுக்கு:

நீங்கள் முஸ்லிம்களோடு சகித்துப் போகமுடிய வில்லையென்றால், அரசில் அவர்களோடு சில

பகுதிகளைப் பங்கு போட்டுக் கொள்ள முடியவில்லை யென்றால், இறுதித் தூதராகிய முஹம்மது நபி (ஸல்) அவர்கள் கொண்டு வந்த இறைவனின் சட்டதிட்டங்களின்படி நடக்காத நியாயமற்ற ஆட்சியில் பங்கெடுக்க முடியாதபடி அல்லாஹ்வும் முஸ்லிம்களை ஆக்கிவிட்டான். தர்மம், நீதி இவற்றை நீங்கள் தேடினீர்களென்றால், அல்லாஹ்வைவிட நியாயவான் யார்? மக்களை நியாயமான தீர்ப்பு வழங்கி அனைவருக்கும் உரிமைகளை வழங்க, தன் தூதர்கள் மூலமாக மேலுலகிலிருந்து இஸ்லாத்தையும் அதன் கட்டளைகளையும் அனுப்பி வைத்தவன் அவன். நாங்கள் உங்களைப் பழிவாங்க நினைக்கிறோம் என்று நீங்கள் நம்பி ஏமாந்தால், உங்கள் அச்சங்கள் அர்த்தமற்றவை. ஏனெனில் எங்கள் மத்தியில் வாழும் உங்கள் மக்கள் அமைதியாக வாழ்கிறார்கள். அவர்களைத் தொந்தரவு செய்ய நாங்கள் யாரும் நினைப்பதில்லை.

உங்களுக்கு எந்தக் கெடுதியும் நாங்கள் நினைக்கவில்லை. நீங்கள் இம்மையிலும் மறுமையிலும் சந்தோஷமாக வாழ வேண்டும் என்பதற்காக இஸ்லாத்தில் இணைந்து கொள்ளுங்கள் என்று உங்களுக்கு அழைப்பு விடுக்கிறோம். அதில் உங்களுக்கு விருப்பமில்லையெனில், முஸ்லிம்களோடு நல்லுறவு கொண்டு வாழுங்கள். அவர்களுக்கு எதிரான எந்த நடவடிக்கையிலும் பங்கேற்காதீர்கள். வெறுக்கத்தக்க பாவ மன்னிப்புக் கோருதலிலிருந்து உங்களை விடுவித்துக் கொள்ளுங்கள். குறுகிய மனப்பான்மைகளையும் பிடிவாதத்தையும் உங்கள் மனத்திலிருந்து வெளியே அனுப்பி விடுங்கள். எங்கள் அழைப்புக்கு உங்கள் மனங்களைத் திறந்து வையுங்கள். இம்மையிலும் மறுமையிலும் விமோசனம் கிடைக்கும்

இஸ்லாத்துக்கு வாருங்கள். அடக்குமுறைக்கு இலக்காக்கப்பட்ட முஸ்லிமல்லாத அனைவருக்கும் இந்த அழைப்பை விடுக்கிறோம். மேம்போக்காக, வாயளவில் இஸ்லாத்தில் இருப்பவர்களுக்கு, தீவிரமாக மார்க்கப் பற்றும் அனுஷ்டானமும் உடையவர்களாக மாறுங்கள் என்றும், இஸ்லாம் புறக்கணித்துவிட்ட மதவெறியிலிருந்து விடுபடுங்கள் என்றும் கூறுகிறோம்.

உலகக் காட்சி

ரஷ்யா - அமெரிக்கா, கம்யூனிசம் - முதலாளித்துவம் இரண்டையுமே நாங்கள் ஏற்க மறுக்கிறோம். ஏனெனில் ஒரு நியாயமான சமுதாயத்துக்கான அடித்தளத்தை உருவாக்கும் தகுதி இரண்டுக்குமே இல்லை.

சிறப்பு கடுமுனைப்போடு நாங்கள் யூனிஃபில்(*UNIFIL*)லை ஒதுக்குகிறோம். ஏனெனில் இஸ்ரேல் காலி செய்துவிட்டுப்போன பகுதிகளையெல்லாம் ஆக்கிரமித்துக்கொள்ளவும் அவர்களுக்கு அடிதாங்கிப் பகுதியாக செயல்படவும் யூனிஃபில்லை அனுப்பியது ஒட்டு மொத்த உலகத் திமிராகும். ஜியோனிஸ்ட்டுகளைப் போலவேதான் அவர்களும் பார்க்கப்பட வேண்டும். புனிதப் போரில் ஈடுபடுபவர்களுக்கு ஃபலங்கிஸ்ட்டுகளில் நோக்கங்களுக்கு எந்த மரியாதையும் கிடையாது என்பதை அனைவரும் புரிந்து கொள்ள வேண்டும். அந்நியத் தலையீட்டை கபளீகரம் செய்யும் சதுப்பு நிலம் இதுதான்.

எங்களது கொள்கைகளும் குறிக்கோள்களும் எங்களை வீறு நடை போட்டுச் செல்ல வைக்கிறது. எல்லா உரிமைகளும் அல்லாவுக்கே சொந்தமானவை

என்பதையும், உரிமைகளை அவனே அளிக்கிறான் என்பதையும் எங்கள் கொள்கைகளையும் கோட்பாடுகளையும் ஏற்றுக் கொள்பவர்கள் தெரிந்து கொள்ள வேண்டும். எங்களுக்கும் அநியாயமான மக்களுக்குமிடையில் அல்லா முடிவு செய்யும் வரையில், மறுப்பவர்களோடு நாங்கள் பொறுமை காப்போம்.

இஸ்ரேலை அழிக்க வேண்டியதன் அவசியம்

எம் இஸ்லாமிய உலகில், அமெரிக்காவின் முன்னணிப்படையை இஸ்ரேல் ரூபத்தில் நாங்கள் பார்க்கிறோம். மிகவும் வெறுக்கத்தக்க எதிரிகளாக அவர்கள் உள்ளார்கள். அவர்களுக்கு 'உரியதை'க் கொடுக்கும்வரை அவர்களோடு போரிடத்தான் வேண்டும்.

நமது வருங்கால சந்ததியினருக்கும் நமது நாட்டின் தலைவிதிக்கும் இவர்கள்தான் மிகப்பயங்கரமான அபாயமாக இருப்பார்கள். ஏனெனில் குறிப்பாக, பாலஸ்தீனத்தில் தொடங்கி, குடியேறுதல், விரிவுபடுத்தல், அகண்ட இஸ்ரேலை உருவாக்குதல், யுஃப்ராட்டிஸ் நதியிலிருந்து நைல் நதி வரை தங்கள் சாம்ராஜ்ஜியத்தை நிறுவுதல் என்பதுதான் அவர்களுடைய கொள்கையாக, கனவாக இருக்கிறது.

தொடக்கத்திலிருந்தே ஜியோனிஸ்ட்டுகள் வன்முறையைப் பயன்படுத்தி வந்தனர் என்பதுதான் இஸ்ரேலுக்கு எதிரான எங்களது போராட்டத்தின் அடிப்படை நிலைப்பாடு. முஸ்லிம்களின் உரிமைகளைப் பறித்துவிட்டு, சொந்தக்காரர்களிடமிருந்து பிடுங்கப்பட்ட நிலங்களில் அவர்கள் தங்கள் குடியிருப்புகளைக்

கட்டிக் கொண்டார்கள். எனவே அவர்கள் ஒழியும் வரை எங்கள் போராட்டமும் தொடரும். அவர்களோடு எந்த உடன்படிக்கையையும் நாங்கள் அங்கீகரிக்கவில்லை. போர் நிறுத்தமும் செய்ய மாட்டோம். அமைதி ஒப்பந்தங்கள் கிடையாது. தனியாகவோ, குழுவாகவோ.

இஸ்ரேலோடு பேச்சு வார்த்தை நடத்த வேண்டும் என்று சொல்லும் எல்லா திட்டங்களையும் நாங்கள் கடுமையாக எதிர்க்கிறோம். அப்படிப்பட்ட பேச்சு வார்த்தைகளுக்கு வருபவர்களையும் எங்களுடைய எதிரிகளாகவே நினைக்கிறோம். ஏனெனில், இப்படிப்பட்ட பேச்சுவார்த்தைகள் கடைசியில் பாலஸ்தீனத்தை ஜியோனிஸ்ட்டுகள் ஆக்கிரமித்தது சட்டப்படி சரியே என்றுதான் போய் முடியும். அதனால் கேம்ப் டேவிட் ஒப்பந்தம், மன்னர் ஃபஹது, ஃபெஸ், மற்றும் ரீகன் திட்டங்கள், ப்ரஷ்னேவ் மற்றும் ஃப்ரெஞ்சு, எகிப்தியத் திட்டங்கள் என ஜியோனிஸ்ட்டுகளின் நுழைதலையும் ஆக்கிரமிப்பையும் நேர் முகமாகவோ மறைமுகமாகவோ ஆதரிக்கும் எல்லாத் திட்டங்களையும் நாங்கள் எதிர்க்கிறோம்; மறுக்கிறோம்!

○○○

www.ingramcontent.com/pod-product-compliance
Ingram Content Group UK Ltd.
Pitfield, Milton Keynes, MK11 3LW, UK
UKHW041951190726
13854UKWH00005B/1900

9 789393 882684